નમઃ અઘોરેશ્વર

આધ્યાત્મિક યાત્રાનું મંગલાચરણ...

પરખ ભટ્ટ

મુખ્ય પ્રાપ્તિસ્થાન

નવભારત સાહિત્ય મંદિર

જૈન દેરાસર પાસે, ગાંધી રોડ, અમદાવાદ - ૩૮૦ ૦૦૧

૨૦૨, પેલિકન હાઉસ, ગુજરાત ચેમ્બર ઓફ કોમર્સના કંપાઉન્ડમાં,
આશ્રમ રોડ, અમદાવાદ - ૩૮૦ ૦૦૯

☎ (૦૭૯) ૨૨૧૩૯૨૫૩, ૨૨૧૩૨૯૨૧
૯૮૨૫૦ ૩૨૩૪૦

e-mail : info@navbharatonline.com
www.navbharatonline.com
fb.com/NavbharatSahityaMandir

AGHORESHWAR

by Parakh Bhatt

Navbharat Sahitya Mandir

AHMEDABAD

2023

ISBN No. : 978-93-93226-15-0

પ્રથમ આવૃત્તિ: જુલાઈ, 2023

Cover-page & Title-font by : Fortune Designing Studio (FDS)

પ્રકાશક

મહેન્દ્ર પી. શાહ

નવભારત સાહિત્ય મંદિર

જૈન દેરાસર પાસે, ગાંધી રોડ, અમદાવાદ-૩૮૦૦૦૧

ફોન: (૦૭૯) ૨૨૧૩૯૨૫૩, ૨૨૧૩૨૯૨૧

E-mail : info@navbharatonline.com

Web : www.navbharatonline.com

fb.com/NavbharatSahityaMandir

Printed and bound in India by Parksons Graphics Pvt. Ltd.

अघोरेभ्योऽथ घोरेभ्यो घोरघोरतरेभ्यः ।
सर्वेभ्यः सर्वशर्वेभ्यो नमस्तेऽस्तु रुद्ररूपेभ्यः ॥

જે અઘોર તેમજ ઘોર બંને છે; સાથોસાથ, ઘોરથી પણ વધુ ઘોર સ્વરૂપના સ્વામી - ઘોરતર - છે...

જે સર્વસંહારક રુદ્રરૂપ છે, એવા હે અઘોરેશ્વર - સ્મશાનવૈરાગી - ભસ્માંગરૂપ મહાદેવ, આપનાં એ તમામ સ્વરૂપોને હું નમસ્કાર કરું છું.

ઋણસ્વીકાર

મારાં પુસ્તકોની જીવાદોરી સમાન ભાઈઓ...

હિમાંશુ જોષી,

કિશન જોષી

સહિત

'ફોર્ચ્યુન ડિઝાઇનિંગ સ્ટુડિયો (FDS)'

પરિવારના તમામ સભ્યોનો હું હૃદયપૂર્વક આભાર વ્યક્ત કરું છું.

૧૨ વર્ષની ઉંમરે આંગળી પકડીને મને શાક્તસંપ્રદાયનો
પરિચય કરાવનાર સર્વપ્રથમ માનવગુરુ
હૃદયસ્થ **રવિકાકા (ત્રિવેદી)**ને
અર્પણરૂપી દક્ષિણાંજલિ!

ચરૈવેતિ ચરૈવેતિ...

મારા જીવનના પ્રથમ ત્રણ દાયકા અત્યંત રોમાંચક, રહસ્યમય અને પડકારોથી ભરપૂર રહ્યા છે. અનાયાસે આરંભ થયેલું આધ્યાત્મિક ચક્ર મારી સામે એવા માર્ગો ઉઘાડતું રહ્યું છે, જેની મેં કલ્પના પણ ન કરી હોય. આ પગદંડીઓ મને સરળતાપૂર્વક નથી મળી, એ સ્વીકારવું રહ્યું. હચમચાવી દે એવી ઘટનાઓ થકી નવી દિશાઓ ઊઘડતી રહી છે. આ કિસ્સાઓને પ્રાથમિક દૃષ્ટિકોણથી મૂલવવા જઈએ તો, એમાંથી કશો સાર મેળવી ન શકાય. એ પછી ૧૯ વર્ષની ઉંમરે અનુભવેલી પીડાદાયી સ્પાઇન-સર્જરીની વાત હોય કે પછી ૨૦ વર્ષની ઉંમરે જોયેલો ભયાનક અકસ્માત! આજે જ્યારે પાછળ વળીને જોઉં છું, ત્યારે સમજાય છે કે એક જિગ્સો પઝલની માફક બધું જ વારાફરતી એનાં નિર્ધારિત ચોકઠાંમાં ગોઠવાતું જતું હતું.

મારાં દરેક પુસ્તકોના મૂળિયાંમાં ભારતના સનાતન ધર્મને આજની પેઢી સુધી પહોંચાડવાની મહેચ્છા જ કારણભૂત રહી છે. 'અઘોરેશ્વર' પણ આ જ હેતુ સાથે લખાયેલું પુસ્તક છે. એકમાત્ર ફરક છે, પુસ્તકના બૌદ્ધિક સ્તરનો!

'અઘોરેશ્વર' પહેલાંનાં તમામ પુસ્તકો વાચકો માટે એક પ્રકારે વૉર્મ-અપ મટિરિયલ હતાં... મારે વાસ્તવમાં જે અધ્યાત્મ સમાજને પીરસવું છે, એ માટેની પૂર્વતૈયારી ગણી શકાય; પરંતુ 'અઘોરેશ્વર'ના

આગમન બાદ હવે હું વાચકોને સાથે રાખીને અધ્યાત્મ-સાગરમાં ખૂબ ઊંડે ડૂબકી લગાવવાનો છું. આ અફાટ-અનંત સમુદ્રને કોઈ પેટાળ નથી. એનો ગર્ભ પામવા માટે તો જન્મારો પણ ઓછો પડે! આમ છતાં, ઈશ્વરકૃપાથી અત્યાર સુધીમાં મને જે કાંઈ અધ્યાત્મ-મોતી પ્રાપ્ત થયાં છે, એને મારી પાસે સંઘરી રાખવાને બદલે આ ભંડાર આપ સૌ માટે ખુલ્લો મૂકી દેવામાં જ મને હરિઇચ્છા જણાય છે.

સદીઓ સુધી આ પ્રકારનું જ્ઞાન મોટેભાગે સમાજના એક ચોક્કસ વર્ગ પૂરતું સીમિત રહ્યું, જેના લીધે સનાતન હિંદુ ધર્મને બહુ મોટો ફટકો પડ્યો. સાધનાનાં રહસ્યો અને તંત્ર-અઘોરની ગૂઢ બાબતો સભ્ય સમાજ સુધી ન પહોંચવાને કારણે ભારતીયો ધીરે ધીરે આધ્યાત્મિકતાથી વિમુખ થતા ગયા, પરંતુ હવે એ પોસાય એમ નથી. હું દૃઢપણે માનું છું કે આધ્યાત્મિકતા પર કોઈ એક ચોક્કસ વર્ગ કે લોકોનું આધિપત્ય નથી. આ સૃષ્ટિમાં જન્મ લેતા પ્રત્યેક આત્માને આધ્યાત્મિક ઉન્નતિ મેળવવાનો અધિકાર છે. અલબત્ત, વાસ્તવિકતા તો એ પણ છે કે સાધનાના માર્ગે આંગળી પકડીને લઈ જવા છતાં કેટલાક ગણ્યાગાંઠ્યા લોકો જ એના ઉપર ચાલવાનું પસંદ કરશે અને બાકીનાઓ માટે આધ્યાત્મિકતા ક્યાં તો શંકા-કુશંકાનું કારણ બનીને રહેશે અથવા તો અવિશ્વાસનું!

મારા માટે મહત્ત્વપૂર્ણ છે પેલા આંગળીને વેઢે ગણાય એટલા લોકો... જે આ પુસ્તકો વાંચીને વાસ્તવમાં સાધનાનો માર્ગ અપનાવશે. મારી અંગત આધ્યાત્મિક યાત્રાના મંગલાચરણ ઉપર પ્રકાશ પાડતું આ પુસ્તક જો એક વ્યક્તિને પણ સાધનાના માર્ગ ઉપર લાવી શકે, તો મારો જન્મારો સફળ થયો ગણાશે.

'નમઃ શ્રેણી'નું આ બીજું પુસ્તક - અઘોરેશ્વર - મૂળ ત્રણ ભાગમાં વર્ગીકૃત થયેલું છે : (૧) પૂર્વાર્ધ-શ્રીગુરુ સાથેનાં સંસ્મરણો, (૨) મધ્યાંતર-અઘોરેશ્વરના સાંનિધ્યમાં અને (૩) ઉત્તરાર્ધ-સાધનાના માર્ગે.

તંત્ર-ઉપાસક તરીકેની મારી યાત્રા કિશોરાવસ્થામાં આરંભ થઈ. મારા અંગત અનુભવો લખી શકું, એટલી હિંમત આજ સુધી થઈ નહોતી, પરંતુ 'અઘોરેશ્વર' લખતી વખતે અંતરમાં બિરાજમાન આદિ પરાશક્તિએ તીવ્રતા સાથે આદેશ આપ્યો અને આજે આ પુસ્તક આપના હાથોમાં છે, જેની અંદર મને શાક્તપંથમાં લાવનારા મારા સર્વપ્રથમ માનવગુરુ, કર્મકાંડી બ્રાહ્મણ અને તંત્રસાધક દિવંગત રવિ ત્રિવેદી સાથેના મારાં સંસ્મરણો આલેખાયેલાં છે.

તેઓ જ્યારે સદેહે ઉપસ્થિત હતા, ત્યારે તો હું મારી અજ્ઞાનતાવશ એમને કોઈ દક્ષિણા ન આપી શક્યો, પરંતુ હવે જ્યારે ઈશ્વર મારા ઉપર લેખનરૂપી કળાના આશિષ વરસાવી રહ્યા છે ત્યારે મારી ફરજ છે કે હું મારા સર્વપ્રથમ માનવગુરુને અંજલિ અર્પણ કરું. રવિકાકા આંગળી પકડીને જે માર્ગ ઉપર મને દોરી ગયા, ત્યાં ધર્મકલ્યાણ અને વિશ્વકલ્યાણની ભાવના સાથે હું નવાગંતુકનો પથ પણ આ દિવ્ય અધ્યાત્મ-મશાલ વડે પ્રદર્શિત કરી શકું, એટલી જ ભગવાનને પ્રાર્થના છે.

'અઘોરેશ્વર'ને આપના સુધી પહોંચાડવાના કાર્યમાં સહભાગી થવા બદલ હું ફૉર્ચ્યુન ડિઝાઇનિંગ સ્ટુડિયો (FDS)ના હિમાંશુ જોષી, કિશન જોષી અને એમની ટીમનો હૃદયપૂર્વક આભાર વ્યક્ત કરું છું; મારા પ્રકાશક મહેન્દ્ર અંકલ, રોનક શાહ, કૃણાલ શાહ અને નવભારત સાહિત્ય મંદિર ટીમ પરત્વે કૃતજ્ઞતાનો ભાવ પ્રગટ કરું છું.

આ પુસ્તક લખવાની પ્રેરણા જેમના તરફથી મળી, એવા અઘોરાચાર્ય બાબા કીનારામની પ્રગટ ચેતનાને હું સાષ્ટાંગ દંડવત્ કરું છું. સાથોસાથ, જેમના માટે મારા પ્રાણ સુધ્ધાં ન્યોચ્છાવર છે એવાં મારાં માતા-પિતા સરોજબહેન અને યોગેશભાઈ તથા પરમગુરુ શ્રી ઓમ સ્વામીનું ચરણસ્પર્શ સાથે ભાવભીનું સ્મરણ કરું છું.

હે યોગમાયા પરામ્બિકા, મારા જેવા મૂઢમતિ - અજ્ઞાની - વિકારોથી ઘેરાયેલા સાધક ઉપર તેં જે કૃપા વરસાવી છે, એ બદલ

આવનારા પ્રત્યેક ભવમાં મારું મસ્તક કાપીને તારા ચરણોમાં ધરી દઉં તો પણ ઋણ ચૂકવી શકું એમ નથી. મા ભવાની, આપને કોટિ કોટિ વંદન.

— **પરખ ભટ્ટ**

'પુષ્પમ્', બ્લૉક નં-૧/૪૫,
સરકારી કર્મચારી સોસાયટી,
'ઓમકારેશ્વર મહાદેવ મંદિર' સામે,
રૈયા સર્કલ પાસે, ૧૫૦ ફૂટ રિંગ રોડ,
રાજકોટ-૩૬૦ ૦૦૫.

મોબાઇલ: 97265 25772

E-mail: bhattparakh@yahoo.com

અનુક્રમણિકા

પૂર્વાર્ધ
શ્રીગુરુ સાથેનાં સંસ્મરણો...

૧

શક્તિપાતઃ ગુરુદીક્ષા થકી જગદમ્બિકાની અનુભૂતિ!

મારી ઉંમર ૧૨ વર્ષની હશે. જીવનની એ સર્વપ્રથમ પરાલૌકિક અનુભૂતિ! ભય, આશ્ચર્ય, દિવ્યતા અને ભક્તિનો રત્નાકર મારી અંદર હિલોળા લેતો થયો, એ વાતને આજે દોઢ દાયકો વીતી ગયા હોવા છતાં એવું લાગે જાણે ગઈકાલની ઘટના! એ દિવસે સમજાયું કે પરાશક્તિનો પ્રભાવ કેટલો પ્રચંડ હોય! એવું ઘણું બધું છે, જે માનવમગજની સીમારેખાને પેલે પાર છે!

વર્ષ ૨૦૦૮ની વાત. પપ્પાની બદલી ગોંડલ થઈ હતી અને પોતાની ઑફિસે સાંજે છ વાગ્યે કાગળિયાં સમેટીને તેઓ રાજકોટ આવવા નીકળી રહ્યા હતા, એટલામાં એમની કેબિનના દરવાજે અરજદારના ટકોરા સંભળાયા. પપ્પાની નજર દરવાજા પર ગઈ.

કપાળ પર તિલક, માથે બ્રાહ્મણોને છાજે એવી શિખા, હાથના કાંડામાં ભૈરવગંઠા, ગળામાં રુદ્રાક્ષની માળા પહેરેલી એ વ્યક્તિને દાયકાઓ પછી પણ પપ્પાએ ઓળખી કાઢી...

રવિ ત્રિવેદી!

મને અધ્યાત્મનો પથ પ્રદર્શિત કરનાર સર્વપ્રથમ ગુરુ! આફ્રિકા મૂળના બ્રાહ્મણ, જેમનું બાળપણ રાજકોટ નજીકના ગામ - ગોંડલમાં વીત્યું. હું એમને પ્રેમથી 'કાકા' કહું, પણ એમનું મારા ઉપર પિતાતુલ્ય વહાલ!

મારા પપ્પા યોગેશ ભટ્ટ સાથે એમની મુલાકાત યુવાનીકાળમાં ગોંડલના અખાડામાં થઈ હતી. ૬ ફૂટ ૨ ઇંચ જેટલી હાઇટ, વર્ષો સુધી અખાડામાં જઈને બનાવેલું સ્નાયુબદ્ધ શરીર. એટલા ખડતલ અને પડછંદ કે ભલભલા કસરતબાજો પણ એમનાથી થથરે! અખાડામાં તેઓ પપ્પાના સિનિયર. નાનપણથી શરૂ કરીને યુવાનીકાળ સુધી મારા પપ્પા એકદમ સુકલકડી! છેવટે રવિકાકાએ એમને અખાડામાં તાલીમ આપવાની શરૂઆત કરી, એ પછીથી એમનું શરીર ક્રમશઃ સુદઢ અને સશક્ત બનતું ગયું. કૉલેજમાં પ્રવેશ મેળવ્યા પછી એમના રસ્તા ફંટાઈ ગયા, પરંતુ નિયતિના ખેલને કોણ સમજી શક્યું છે?

રવિ ત્રિવેદી અને અપેક્ષા ત્રિવેદી

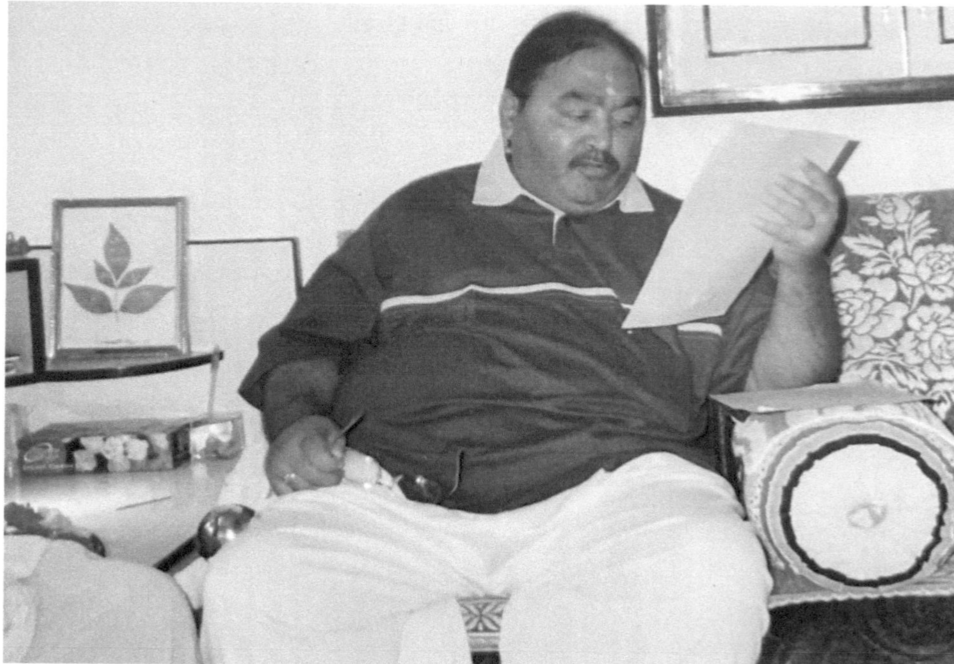

જન્મકુંડળીનું આંકલન

કાકા લંડન જઈને વસ્યા અને પપ્પાને લૅન્ડ-રેકૉર્ડ ડિપાર્ટમેન્ટમાં સરકારી નોકરી મળી ગઈ હોવાથી રાજકોટ આવી ગયા. સંપર્ક છૂટી ગયો. સંબંધો ઝાંખા પડ્યા, પરંતુ ભૂંસાયા નહીં. દેવીસાધનાને પ્રતાપે લંડનમાં કાકાને ખૂબ માન-સન્માન મળ્યું. દુર્ગા સપ્તસતી એમને કંઠસ્થ હતી. એવું કહેવાતું કે 'દુર્ગા દ્વાત્રિંશનામમાળા'ના સિદ્ધજાપથી તેઓ જગદંબા મા પાસે ધાર્યું કામ કરાવી શકતાં. જેલમાં ગયેલાં એક નિર્દોષ વ્યક્તિને એમણે દુર્ગામાતાના આ બત્રીસ નામોના જાપથી જ મુક્તિ અપાવી હતી.

એમને મળતી દક્ષિણામાંથી સૌરાષ્ટ્રમાં એમણે ગૌશાળાઓ બંધાવી. વૃદ્ધો-વંચિતો-નિરાશ્રિતો અને વિકલાંગો માટે ખૂબ દાન કર્યું.

દર વર્ષે શિયાળામાં એમનો ભારત-પ્રવાસ નિશ્ચિત હોય. વર્ષ ૨૦૦૮ના શિયાળામાં એટલે કે ઑક્ટોબર-નવેમ્બર મહિનામાં તેઓ પોતાની જૂની પ્રોપર્ટી અંગે થોડી જાણકારી મેળવવા ઑફિસમાં આવ્યા, ત્યારે પપ્પાને કે કાકાને ખ્યાલ નહોતો કે વર્ષોથી વિખૂટા પડેલા બે મિત્રોનો પ્રકૃતિ ફરી મેળાપ કરાવવા જઈ રહી છે... અને એ પણ એક રહસ્યમય કારણથી!

બંને મિત્રો એકબીજાને ભેટી પડ્યા અને ભરતમિલાપનું દશ્ય ખડું થયું. પપ્પા જીદ કરીને એ સાંજે કાકા અને એમનાં પત્ની અપેક્ષા આન્ટીને રાજકોટના અમારા ઘરે લઈ આવ્યા. પહેલેથી જ ફોનમાં એ અંગે જાણ કરીને મમ્મીને સ્વાદિષ્ટ ભોજન તૈયાર રાખવાનું કહી દેવામાં આવેલું.

જેવો એમણે ઘરના ઉંબરામાં પગ મૂક્યો કે તરત તરુણાવસ્થામાં પ્રવેશ કરવા થનગની રહેલો હું, દોડીને એમને આવકારવા માટે બહાર આવ્યો. અમારી નજરો મળી અને થોડી ક્ષણો માટે આસપાસનું ભાવવિશ્વ ઓઝલ થઈ ગયું. એમની આભા સામે હું નતમસ્તક થઈ ગયો. પૂર્વાપરનો કોઈ અજ્ઞાત ઋણાનુબંધ ત્રાટક થકી મને એમની તરફ ખેંચી રહ્યો હતો. પહેલેથી જ

એકમેકને ઓળખતાં હોય એવો આભાસ થયો. બંને હાથોથી મેં એમના જમણા ચરણનો સ્પર્શ કરીને આશીર્વાદ લીધા.

'આખરે આપણે મળ્યા!' જે આત્મિક જોડાણ હું એમની સાથે અનુભવી રહ્યો હતો, એને એમણે વાચા આપતાં કહ્યું. નિખાલસપણે સ્વીકારું છું કે એમના આ શબ્દોએ મને હચમચાવી મૂક્યો હતો!

રાજકોટની 'હોટેલ કાવેરી'માં તેઓ રોકાયાં હતાં. સમય પસાર થતો ગયો. દરરોજ સવારે તેઓ દાનધર્માદો કરવા નીકળી પડે. ક્યારેક કાળીપાટ ગૌશાળા તો ક્યારેક સદ્ભાવના વૃદ્ધાશ્રમ! બપોર પડ્યે તેઓ અમારા ઘરે હળવું ભોજન લે. ત્યારબાદ, તેઓ જેવા સોફા પર આવીને બેસે કે તરત હું એમના એક હાથ નીચે તકિયો અને બીજા હાથ નીચે પાતળી ગાદી અથવા નેપકિનની વ્યવસ્થા કરીને જમીન પર ગોઠવાઈ જઉં. એમના હાથમાં મુખવાસરૂપે વરિયાળી આપું એ પછી અમારો સત્સંગ શરૂ થાય.

આખી બપોર અને છેક સમી સાંજે ઘરમાં દીવાબત્તી થાય, ત્યાં સુધી તેઓ મને જગતજનની પરામ્બિકાનાં જુદાં જુદાં સ્વરૂપોનું જ્ઞાન આપે. એમની સાધનાઓ, એમની અનુભૂતિઓ અને સાક્ષાત્કારો અંગે વાર્તાલાપ થાય. શ્રીવિદ્યા, દસ મહાવિદ્યાઓ, ચોસઠ યોગિનીઓ, નવ દુર્ગા, તંત્રશાસ્ત્રના ગૂઢ રહસ્યો, અઘોરપંથની અવનવી વાતો હું મુગ્ધભાવે સાંભળ્યા રાખું. સાથોસાથ, કલાકો સુધી હું એમના પગ દબાવી આપું. ઘણી વખત તો વાત કરતાં કરતાં એમને ઝોકું આવી જાય, તો પણ મારા હાથ અટકે નહીં. સમી સાંજે તેઓ ઊઠે, ત્યારે પણ સેવાભક્તિ ચાલુ જ હોય. થાઇરૉઈડને કારણે એમનું શરીર ભારે હોવાથી પગ બહુ કવે, અતિશય દર્દ કરે એટલે જેટલા કલાકો હું એમના પગ દબાવતો હોઉં એટલા કલાકો એમના હોઠ પરથી મારા માટે સતત આશીર્વાદની વર્ષા થયા રાખે.

એક દિવસ બપોરે રોજ કરતાં તેઓ થોડા મોડા આવ્યા. એમના હાથમાં એક પુસ્તક હતું, જેને અમારા ઘરના મંદિરમાં

મૂકીને એમણે દીવો અને અગરબત્તી પ્રગટાવ્યાં. મને નજીક બેસવાનું કહીને એમણે અત્યંત ભાવવાહી સ્વરે 'લલિતાસહસ્રનામ' (શ્રીવિદ્યા સાધનાની પ્રમુખ દેવી લલિતા ત્રિપુરસુંદરીના એક હજાર નામોની માળા)નું ગાયન શરૂ કર્યું. એમના મુખમાંથી સ્ફુરી રહેલા પ્રત્યેક શ્લોક મારા હૃદયમાં ઝણઝણાટી પેદા કરી રહ્યા હતા. હું અવાચક થઈ ગયો, કારણ કે આવી અનુભૂતિ મને પહેલાં ક્યારેય નહોતી થઈ. એ શબ્દસાધનામાં હું પણ લીન થઈ ગયો.

કેટલો સમય વીત્યો હશે, એ યાદ નથી. અચાનક એમણે મારા કપાળ ઉપર હાથ મૂક્યો અને મારા આખા શરીરમાં વીજકંપન આવ્યું. રોમેરોમ પુલકિત થઈ ઊઠ્યું. બંધ આંખની સામે દિવ્ય પ્રકાશપુંજ છવાઈ ગયો અને મારી આંખોમાંથી અનાયાસે અશ્રુધારા વહેવા લાગી. મારા ચિત્તનો મળ ધોવાઈ રહ્યો હોય એવી અનુભૂતિ હતી એ! હું હળવો થવા માંડ્યો... આત્મા પરનો બોજ દૂર થઈ રહ્યો હોય એમ હું રિક્ત થતો ગયો.

થોડી વાર એ જ અવસ્થામાં રહ્યા પછી મેં આંખો ઉઘાડી, કાકા સામે જોયું. એમની અર્થસભર આંખોમાં દિવ્યતા અને ચહેરા પર માર્મિક સ્મિત હતું. બાર વર્ષની એ ઉંમરે કશી જ ગતાગમ ન પડતી હોવા છતાં આ અનુભૂતિએ મારું અસ્તિત્વ બદલી નાખ્યું. મેં એમના ચરણસ્પર્શ કર્યાં. મારા મસ્તક પર હાથ મૂકીને એમણે મંદિરમાં અર્પણ કરેલું પુસ્તક મારી હથેળીમાં મૂક્યું.

પુસ્તકનું શીર્ષક હતું : શ્રી દુર્ગાસપ્તસતી ચંડીપાઠ.

નિત્યપાઠનાં જરૂરી સૂચનો કર્યા બાદ એમણે શ્રીચક્રરહસ્ય અંગે વિસ્તારપૂર્વક જ્ઞાન આપ્યું. શુદ્ધીકરણ, ન્યાસ, વિનિયોગ, મૂળ પાઠમાં આવનારા તમામ સંસ્કૃત મંત્રોનું એમણે શુદ્ધ ઉચ્ચારણ કરી બતાવ્યું, જેથી હું પણ ભવિષ્યમાં ત્રુટિરહિત જાપ કરી શકું.

ખબર નહીં કેમ, પણ દુર્ગા સપ્તસતીના મંત્રો, સ્તુતિઓ, પાઠ અને નામમાળાઓનું કાકા દ્વારા મુખપઠન થઈ રહ્યું હતું એ

વેળા મને કશું અજાણ્યું ન લાગ્યું. એ તમામ શ્લોકોના પરિચયમાં હું પહેલાં પણ અસંખ્ય વખત આવી ચૂક્યો હોઉં, એટલો પોતીકો અનુભવ હતો. ચંડીપાઠ પૂર્ણ થયા બાદ મેં એમના આશીર્વાદ લીધા.

દિવસો વીતતા ગયા અને એમનો લંડન જવાનો સમય થઈ ગયો.

ઘરે બધાંને મળ્યા બાદ, છેલ્લે મારો વારો આવ્યો. એમને ભેટીને હું ધ્રુસકે ધ્રુસકે રડી પડ્યો. કાકાની આંખો પણ ભીની થઈ ગઈ.

જતી વેળા મારા મસ્તક ઉપર હાથ મૂકીને એમણે રહસ્યમય રીતે ફક્ત એટલું જ કહ્યું કે, 'જેના માટે હું આવ્યો હતો, એ કાર્ય અહીં પૂર્ણ થયું. હવે તારે જાતે આ માર્ગ પર આગળ વધવાનું છે! જગદીશ્વરી મહાત્રિપુરસુંદરી હંમેશાં રક્ષાકવચ બનીને તારી આસપાસ વિદ્યમાન રહેશે! જગદંબા અર્પણમસ્તુ.'

...અને, હું બે હાથ જોડી એમના આશીર્વચનમાં તરબોળ થતો રહ્યો.

એમની કાર જ્યાં સુધી નજર સામેથી ઓઝલ ન થઈ, ત્યાં સુધી હું પાંપણ ફરકાવ્યા વગર તાકી રહ્યો. એમની આ વાણીનો મર્મ સમજી શકું, એટલો સમજદાર હું નહોતો... પણ છતાં, જીવ કચવાઈ રહ્યો હતો. અંતરાત્મામાં વિહ્વળતા વ્યાપી ચૂકી હતી.

લંડન પહોંચ્યાના થોડા જ સમયમાં સમાચાર આવ્યા કે એમનો સ્વર્ગવાસ થયો છે!

હું એમને ફરી ક્યારેય મળી શક્યો નહીં. આજે આટલાં વર્ષો બાદ પાછળ ફરીને જોઉં છું ત્યારે સમજાય છે કે શક્તિપાત થકી એમણે મને શાક્તપંથમાં દીક્ષા આપી હતી, જેને હું વીસ-બાવીસ વર્ષનો થયો ત્યાં સુધી સમજી નહોતો શક્યો. એમના ગયા પછી મારી સાધના અવિરતપણે ચાલતી રહી, કારણ કે એ જ મારા તરફથી એમને ગુરુદક્ષિણા હતી!

કાળીપાટ ગૌશાળા

કાળીપાટના શ્વાનને બિસ્કિટ ખવડાવતી વેળાની ક્લિક

તેઓ લંડન જવા નીકળ્યા, એ પહેલાની આખરી તસવીર (ડાબેથી જમણે: યોગેશભાઈ ભટ્ટ - પપ્પા, રવિકાકા, હું, અપેક્ષાકાકી અને સરોજબહેન ભટ્ટ - મમ્મી)

રવિકાકાનું મારા સુધી પહોંચવું, પૂર્વભવોના અમારા સંબંધને પારખી જવું, અનાયાસે સ્થપાયેલો ગુરુ-શિષ્યનો સંબંધ, શાક્તપંથમાં મંત્રદીક્ષા, મારા એમની સાથેના અનુભવો ઘણા લોકોના માન્યામાં નહીં આવે. તમારા સ્થાને હું હોઉં, તો કદાચ હું પણ આવી પરાલૌકિક અનુભૂતિઓને ફક્ત કલ્પના માનીને અવગણી નાખું... પણ આ મારા જીવનનું સત્ય છે, જે મેં સંપૂર્ણ સભાનાવસ્થામાં અનુભવ્યું છે. તંત્રવિજ્ઞાનમાં ઊંડા ઊતર્યા બાદ સમજાયું કે જીવસૃષ્ટિના પ્રત્યેક જીવો માટે સત્ય અલગ-અલગ હોય છે! એટલે, સત્યની ઊલટતપાસ કરવાને બદલે તેના પરમ સ્વીકારમાં મને વધુ સુખ દેખાય છે.

દોઢ દાયકા પછી આજે પણ રવિકાકાની એ નિર્મળ આંખો અને કરુણાસભર વ્યક્તિત્વ મારા ચિત્તમાં અકબંધ છે...

ૐ

૨

અષ્ટ-ક્ષેત્રપાળ : તામસી પ્રકૃતિના સ્વામીની નિશ્રામાં એક સ્વાનુભવ!

કાકાને કોઈ જ સંતાન નહીં, એટલે મને અને મારી મોટી બહેન ધરાને તેઓ પોતાનાં જ દીકરા-દીકરી માનતાં હતાં. એમના માટે પાંજરાપોળની ગાયો, કાળીપાટના શ્વાનો, અનાથાશ્રમનાં ભૂલકાંઓ જ એમનું ફરજંદ હતાં. વિશ્વના પ્રત્યેક જીવમાં આદિશક્તિનો અંશ નિવાસ કરે છે, એવું તેઓ કહેતા. વ્યક્તિનાં કર્મો સારાં-ખરાબ હોઈ શકે, આત્મા નહીં... એ તો પવિત્ર રહે છે! મૂંગા જીવો પણ તેમની પ્રકૃતિ અનુસાર વર્તણૂક કરતા હોય છે. માનવજાત પણ એમાંથી બાકાત નથી.

આધ્યાત્મિક વિષય પરની બપોરની કલાકોની ચર્ચાને બાદ કરતા હું અને કાકા લંડનના લોકોની જીવનશૈલી, એમની રહેણીકરણી, ખાનપાન અંગે પણ ઘણી વાતો કરતા. બકિંગહમ પૅલેસ, લંડન આઈ, ટાવર ઑફ લંડન, ધ બ્રિટિશ મ્યુઝિયમ, ધ રૉયલ એશિયાટિક સોસાયટી વગેરે જોવાલાયક સ્થળોની ગોષ્ઠિ માંડીએ ત્યારે ઘડિયાળનો કાંટો અકલ્પનીય ગતિએ દોડતો જણાય. સડસડાટ વહી જતા સમયની અટારીએથી રાતે ૧૨ વાગ્યાનો ટહુકો સંભળાય, ત્યારે અમારો દિવસ પૂરો થાય.

શાક્તપંથમાં દીક્ષા આપ્યા બાદ એમણે એક દિવસ મને એવો અનુભવ કરાવ્યો, જે તંત્રશાસ્ત્રમાં મારા ઊંડાણપૂર્વકના અભ્યાસ પાછળ જવાબદાર બન્યો. 'ધ સિક્રેટ' અને 'લૉ ઑફ એક્ટ્રેક્શન'ની ઘટનાઓ તો એકવીસમી સદીમાં પ્રચલિત થઈ હશે, પરંતુ ભારતે તો આદિકાળથી ઊર્જાના સિદ્ધાંતને સમજી લીધું હતું, એ સત્યનું બીજ વાસ્તવમાં મારામાં વર્ષ ૨૦૦૮માં રોપાયું.

ભારતના પ્રમુખ તહેવાર દિવાળીની એ પૂર્વસંધ્યા હતી... વર્ષની સૌથી અંધકારમય રાત્રિની પૂર્વસંધ્યા... કાળીચૌદશ, જેને દેશના અન્ય ભાગોમાં 'નર્ક ચતુર્દશી' તરીકે પણ ઓળખવામાં આવે છે. તંત્રના ઉપાસકો માટે અત્યંત મહત્ત્વનો દિવસ ગણાય.

સાંજે લગભગ પાંચ વાગ્યા હશે. સામાન્ય ગુજરાતી ઘરોમાં

જેવી રીતે વડાં બનાવી કકળાટ કાઢવાની પ્રથા ચાલી આવે છે, એ જ પ્રથા મારી મમ્મી પણ અનુસરી રહી હતી. કુળદેવીને નૈવેદ્ય ધરવાથી માંડીને અન્ય તમામ રીતિ-રિવાજો પૂરા થઈ રહ્યાં હતાં. રતૂમડી સંધ્યા પર કાળરાત્રિના ઓછાયા આવવાની શરૂઆત થઈ ચૂકી હતી. શિયાળામાં આમ પણ સાંજ વહેલી પધારે! હું અને રવિકાકા અમારી રોજબરોજની ગોષ્ઠિ પૂરી કરીને કૉફી પી રહ્યા હતા. રસોડામાં વડાં બની રહ્યાં હતાં, ખીચડીથી ભરેલાં કૂકરમાં સીટી વાગી રહી હતી, ઘરની બરાબર સામેના મંદિરમાં સંધ્યાઆરતીની તૈયારીઓ શરૂ થઈ ચૂકી હતી.

મેં એ દિવસે ટ્યૂશન-ક્લાસમાંથી રજા લીધી હતી. કાકા અમારી સાથે હોય, ત્યારે હું સામાન્યતઃ બાકીની તમામ પ્રવૃત્તિઓને બાજુ પર મૂકીને એમની સાથે ને સાથે રહેવાનો પ્રયત્ન કરું. આકાશમાં વેરાયેલા અદ્‌ભુત રંગોની કારીગરીને નિહાળતો હું એમની બાજુમાં બેઠો હતો. એ રાતે શું બનવાનું છે, એનાથી તદ્દન અજાણ... નિર્લેપભાવ સાથે!

‘તું ગઈ કાલે મને અષ્ટભૈરવનાં સ્વરૂપો અંગે પૂછતો હતો ને?’ ખુરશી પર બેઠાં બેઠાં એમણે મારી સામે જોઈને પ્રશ્ન પૂછ્યો.

‘હા... દેવી-દેવતાના ક્ષેત્રપાળનું સ્વરૂપ આટલું વિકરાળ શા માટે હોય છે?’ આંગણે આવેલી તક હું જતી કરવા નહોતો માગતો. બાળકોને જે ઉંમરે ભૈરવ કે મહાકાળીનાં સ્વરૂપો, એમના સાધકોની કથા સાંભળીને ડર લાગતો હોય, એ ઉંમરે હું સતત એવા પ્રયાસોમાં રહેતો કે એમના વિશે વધુ ને વધુ જાણું. કોઈ કહે કે ફલાણી જગ્યાએ આત્માઓનો વાસ છે, તો હું કોઈને જાણ કર્યા વગર વહેલામાં વહેલી તકે ત્યાં પહોંચી જઉં!

ભયની આંખમાં આંખ મિલાવીને ચાલવાની મારી આદતને કાકા કદાચ પારખી ગયા હશે, એવું આજે મને સમજાય છે.

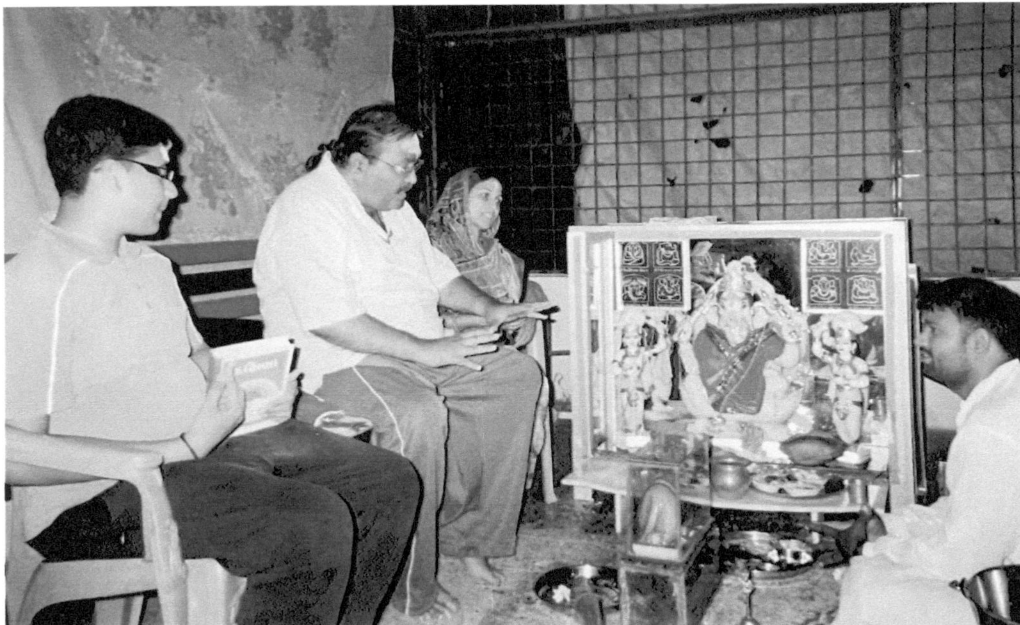

રાજકોટ ખાતેના મારા ઘરની બરાબર સામેના - શ્રી ૐકારેશ્વર મહાદેવ મંદિરમાં ગણપતિ પૂજન વેળાનો ફોટો (ડાબેથી જમણે: હું, રવિકાકા, અપેક્ષાકાકી અને પૂજારી પ્રમોદભાઈ)

ઘરના લિવિંગરૂમમાં (ડાબેથી જમણે: ધરા - મારી મોટી બહેન, અપેક્ષાકાકી, રવિકાકા, હું અને મમ્મી)

પોતાના યુવાનીકાળમાં લંડન ખાતે યજમાનના ઘરે કર્મકાંડ-વિધિ કરાવી રહેલા રવિકાકા

રવિકાકાના લંડન ખાતેના ઘરનું પૂજાસ્થાન

એમણે પોતાના ઘેઘૂર અવાજમાં અત્યંત વાત્સલ્યભાવે પ્રત્યુત્તર આપતાં કહ્યું, 'વ્યક્તિ પોતાના સંરક્ષણ માટે બોડીગાર્ડની નિમણૂક કરે, ત્યારે શું ધ્યાન રાખે? દેશની સરહદ ઉપર જે સૈનિકો ભારતભૂમિની રક્ષા કરી રહ્યા છે, એમની ભરતી કરતા પહેલાં સેનાના અધિકારીઓ એમની પાસેથી શું અપેક્ષા રાખે?'

'ખડતલ અને સશક્ત શરીર, જે અત્યંત વિષમ સંજોગોમાં પણ ટકી રહે. તેનું મનોબળ એટલું મજબૂત અને રાષ્ટ્રપ્રેમ એટલો પ્રબળ હોય કે સામ-દામ-દંડ-ભેદની પણ કોઈ અસર ન થાય.' હું બોલ્યો.

'બસ, એ જ રીતે, ગર્ભગૃહમાં દેવી-દેવતાનું જે સ્વરૂપ બિરાજે છે એ ઊર્જાનું નગ્ન સ્વરૂપ હોય છે. કોઈ પણ શ્રદ્ધાળુ વ્યક્તિ ધર્મસ્થાનમાં આવીને એ ઊર્જાનો સાક્ષાત્કાર કરી શકે છે. રાષ્ટ્રવાસીઓ પોતાના ઘરમાં ત્યારે જ આરામથી રહી શકે, જ્યારે સરહદ પર સૈનિકો હાથમાં શસ્ત્ર સાથે તૈનાત હોય! અષ્ટક્ષેત્રપાળ પણ આવા જ રક્ષકો છે, જેમને પોતાના સ્થાનદેવતાના પવિત્ર ક્ષેત્રની રક્ષા માટે પ્રતિષ્ઠિત કરવામાં આવે છે!'

એમના દ્વારા અપાતી સમજૂતી મારા ગળે ઊતરી રહી છે કે નહીં એની ખાતરી કરવા માટે તેઓ સહેજ અટક્યા. મને એકાગ્રચિત્તે સાંભળતો જોઈને તેમણે સંતોષકારક સ્મિત સાથે કહ્યું,

'ચાલ, આપણે બહાર જઈએ.' એમણે ઘટસ્ફોટ કર્યો, 'આજે તને કાળભૈરવની તામસી પ્રકૃતિનો પરચો બતાવું.'

હું સફાળો બેઠો થઈ ગયો. સાંજ ઘટ્ટ બનતી જતી હતી. અંધકારનું સામ્રાજ્ય છવાઈ રહ્યું હતું. પાડોશીઓના આંગણે ધીરે ધીરે દીવા મુકાવાની શરૂઆત થઈ ચૂકી હતી.

એમની 'ટવેરા' કારમાં બેસીને અમે નીકળ્યા. ફક્ત રવિકાકા, અપેક્ષા કાકી અને એમના ડ્રાઇવર - દીપકભાઈ - ને જ ખબર હતી કે અમે ક્યાં જઈ રહ્યા છીએ. ગોંડલ વટાવ્યું ત્યાં સુધીમાં સાત

વાગી ગયા હતા. થોડા જ આગળ વધ્યા હોઈશું ત્યાં પાંજરાપોળ આવી, જ્યાંથી રસ્તાના બે ફાંટા પડતા હતા. એમાંનો એક ફાંટો માંડણકુંડલા ગામ તરફ અને બીજો ફાંટો ઘોઘાવદર ગામ તરફ ફંટાતો હતો.

અમે બીજા ફાંટે આગળ વધ્યા. કારની ગતિ ધીમી પડી ચૂકી હતી. કાકા અને એમના ડ્રાઇવર રોડની ડાબી બાજુ કશાકની રાહમાં અત્યંત ઝીણવટપૂર્વક બહાર નજર રાખી રહ્યા હતા. સાતેક કિલોમીટર આગળ વધ્યા હોઈશું, એટલામાં આછા અંધારામાં રસ્તાની ડાબી બાજુએ એક બોર્ડ પર નજર ગઈ, જેના પર લખ્યું હતું : આદેશ!

કાકાએ એમના ડ્રાઇવર દીપકભાઈ સામે અર્થસૂચક દૃષ્ટિ કરી. કાર સાવ ધીમી પડી ગઈ અને પછી અટકી ગઈ. કાકાએ મનોમન મંત્રોચ્ચાર કરીને ત્રણ વખત પોતાના હાથે કારના હૉર્ન માર્યાં. ત્યારબાદ, બોર્ડની અડોઅડ એક વાહન માંડ માંડ ઊતરી શકે એટલી પાતળી કેડી પર કાર તીખો ઢોળાવ ઊતરવા લાગી. એકદમ પથરાળ અને ઉબડખાબડ માર્ગ પસાર કરીને આખરે અમે એક વિશાળ પ્રાંગણમાં પહોંચ્યા, જ્યાં સ્મશાનવત્ સન્નાટો વ્યાપ્ત હતો.

આજુબાજુ વડલા, પીપળા, બિલિપત્રનાં વૃક્ષો અસ્તવ્યસ્ત રીતે ઊગી નીકળ્યાં હતાં. કારમાંથી નીચે ઊતરતા પહેલાં ફરી એક વખત કારનું હૉર્ન મારીને કાકાએ હાકલ મારી, 'આદેશ!'

હું નીચે ઊતર્યો. સાડા સાત વાગી ચૂક્યા હતા. જંગલ જેવા એ વિસ્તારમાં અમારા સિવાય કોઈની હાજરી વર્તાતી નહોતી. કારનું એન્જિન બંધ કરતાંની સાથે જ રહ્યોસહ્યો પ્રકાશ પણ ઓલવાઈ ગયો. હવે ત્યાં કાળાડિબાંગ અંધકાર સિવાય કશું જ નહોતું. એકબીજાના મોં તો દૂર, પોતપોતાના હાથ પણ ન જોઈ શકીએ એટલું અંધારું!

આરતી શરૂ થયા પહેલાં કાળભૈરવના કંઠમાં પુષ્પહાર અર્પણની વિધિ
(ડાબેથી જમણે: ડ્રાઇવર દીપકભાઈ ડોડિયા અને રવિકાકા)

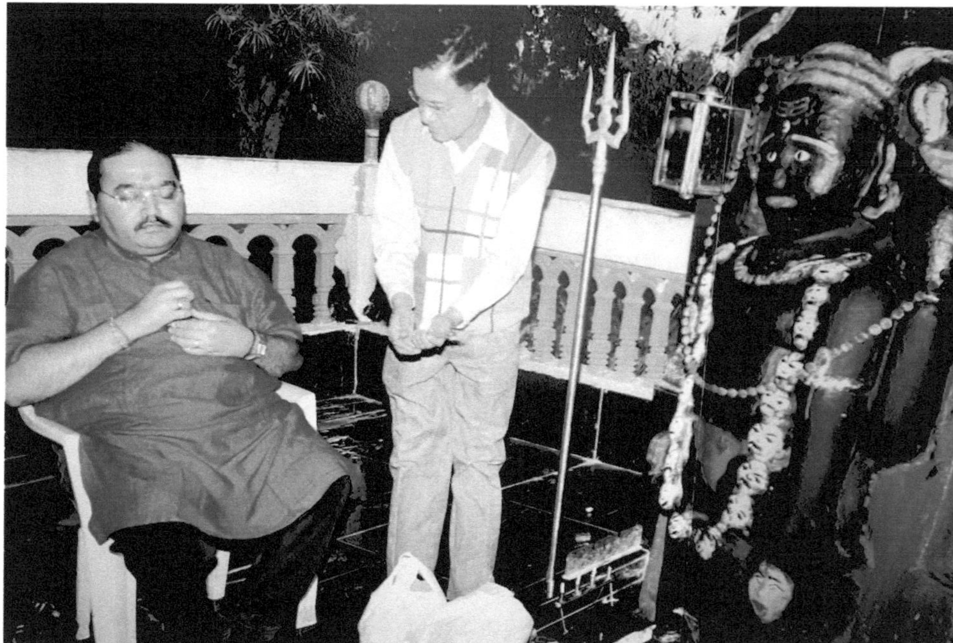

કાળભૈરવ દાદા (ઘોઘાવદર)ના મંદિર ખાતે અઘોરેશ્વરના સાંનિધ્યમાં (ડાબેથી જમણે: ભૈરવપૂજા કરી રહેલા રવિકાકા અને એમની સેવામાં ઉપસ્થિત પપ્પા)

વૃક્ષો અને ઝાડી-ઝાંખરાંમાંથી થોડી થોડી વારે નિશાચર પશુ-પક્ષીઓનો ઘૂઘવાટ સંભળાયા રાખે! કાચાપોચા માણસના તો હૃદયનાં પાટિયાં બેસી જ જાય. આવાં સ્થળોએ મને પહેલેથી થ્રીલ અનુભવાતી. મારે ઘણું બધું જાણી લેવું હતું. કેટકેટલા પ્રશ્નો અને જિજ્ઞાસાનો સમુદ્ર મારી અંદર ઘૂઘવતો હતો.

...અને, એટલામાં દૂરના એક ઓટલા પરથી હાથમાં લાલટેન લઈને એક અઘોરી જેવો દેખાતો માણસ દોડતો આવ્યો. કદાચ કાકાને અને એમની કારને ઓળખી ગયો હોવો જોઈએ, એવું મેં અનુમાન લગાવ્યું.

ભાલ પર ત્રિપુંડ, એની બરાબર વચ્ચોવચ લાલ કંકુ વડે કરેલું ઊભું તિલક, માથે કાળો સાફો, ઉઘાડા ખભા ઉપર કાળો ખેસ, કાળી ધોતી, ગળામાં સ્ફટિક અને રુદ્રાક્ષની માળાઓ, હાથમાં ભૈરવરક્ષા, જટાઅંબોડામાંથી બળવો પોકારીને ખભા ઉપર ઊતરી આવેલા લાંબા ભૂખરા કેશ, કાંડામાં મોટાં મોટાં કડાં અને પગમાં ચાખડી!

'ઠક્ક... ઠક્ક્ક... ઠક્ક' તેઓ જેમ જેમ નજીક આવતા-જતા હતાં, એમ એમ ચાખડીનો સ્વર વાતાવરણમાં અજીબોગરીબ ધ્વનિ પેદા કરતો હતો.

'આદેશ, બાપુ...' કાકાએ એમને બે હાથ જોડીને નમસ્કાર કર્યા, 'જય મહાકાળ!'

'પ્રણામ, મહારાજ!' બાપુએ અમને આવકાર આપતાં કહ્યું, 'પધારો! આરતી શરૂ થવાની તૈયારીમાં છે. જગતનો બાપ, કાળભૈરવ... તમારી જ વાટ જોઈ રહ્યો હતો.'

આટલું કહીને એમણે ઝાટકા સાથે મારી સામે જોયું, 'આદેશ થઈ ચૂક્યો છે!'

એમની નજરમાંથી ત્રાટકેલી વીજળી મારી આંખો વાટે આખા શરીરમાં સોંસરવી પ્રસરી ગઈ હોય એવું મને લાગ્યું.

સોએક મીટર ચાલીને ગયા, ત્યાં નાનકડું મંદિર દેખાયું. એના ઓટલે બેસીને બે-ત્રણ અર્ધનગ્ન સાધુ નિજાનંદમાં બીડી ફૂંકી રહ્યા હતા. ચાર-પાંચ કાળા-ભૂરા-શ્વેત રંગના શ્વાન આમથી તેમ રખડપટ્ટી કરી રહ્યા હતા.

પગથિયાં ચડીએ એટલે સામે એક નાનકડી ઓરડી દેખાય, જ્યાં બાપુ રહેતા હોવા જોઈએ. ઘરવખરી, અનાજની ગૂણ, ચૂલો, ખીંટી પર ટીંગાતાં બે જોડી કપડાં અને પૂજાપાનો સામાન વ્યવસ્થિત રીતે સાચવીને રાખવામાં આવ્યો હતો.

'અડાળી ભરીને ચા પીશો?' બાપુએ અમને પૂછ્યું.

'આરતી પૂરી થયા પછી ચોક્કસ!' કાકાએ જવાબ આપ્યો.

ઓરડીની ડાબી બાજુએ નજર કરો, એટલે કાળભૈરવ વિગ્રહનાં દર્શન થાય. અંધકાર પણ જેની સામે શ્વેતરંગી લાગે, એવી સંપૂર્ણ શ્યામ પ્રતિમા! ગળામાં મુંડમાલા, ખુલ્લું મોં, વિકરાળ આંખો. એક હાથ અભયમુદ્રામાં, બીજા હાથમાં ખોપરી, ત્રીજા હાથમાં શસ્ત્ર અને ચોથા હાથમાં રક્તપાત્ર! એમના ભસ્મરંજિત ચરણકમળ પાસે બીડી-સિગારેટ સળગતી જોવા મળે. બાજુમાં ત્રિશૂળ અને અખંડ દીપ પ્રગટે. એની બરાબર સામે નિરંતર ધૂણી ધખે. અમે ગયા ત્યારે પણ એમાંથી સુગંધી ધૂમ્રસેર હવામાં ભળી રહી હતી. સમગ્ર વાતાવરણ તામસી ઊર્જાના પ્રભાવમાં હતું.

દેવી-દેવતાના તામસી સ્વરૂપોને અર્પણ કરવામાં આવતો મદિરા તેમજ બીડી-સિગારેટને 'કૂલ' માનતા યુવાધનને આ પ્રસંગે ખાસ કહેવાનું કે સમજ્યા-જાણ્યા-વિચાર્યા અને ઊંડા ઊતર્યા વગર ફક્ત સગવડિયા ધર્મને અનુસરવો એ મૂર્ખામી છે! મદ્ય-માંસ-મદિરા કે બીડી-સિગારેટ અને અન્ય નશાપ્રેરક ચીજવસ્તુઓનું સેવન એ તાંત્રિકો અથવા અઘોરીઓ જ કરે છે, જેમને ભયાવહ સાધનાઓ કરવાની હોય છે. વામાચાર એ કઠિન માર્ગ છે. ભલભલા બહાદુર લોકોનાં અહીં કાળજાં બેસી ગયાનાં ઉદાહરણો છે. સંસાર ત્યાગીને

ગોંડલ સ્ટેટ વખતના કાળભૈરવ (ઘોઘાવદર)

આરતી પૂર્ણ થયા બાદ અઘોરેશ્વર કાળભૈરવના નામનો જયઘોષ બોલાવી રહેલા રવિકાકા

સંપૂર્ણપણે વામાચારી તંત્રમાર્ગને અનુસરતા સાધકો જ નશાકારક ચીજવસ્તુઓનું સેવન કરે છે, જેથી એમને તામસી-ઉપાસનાઓ (જેમ કે, શવસાધના) કરવાનું બળ મળી રહે. તેઓ માદક દ્રવ્યના માધ્યમથી પોતાના મસ્તિષ્કને આ પ્રકારની દુષ્કર અને સંસારીઓ માટે વર્જ્ય કહી શકાય એવી સાધના માટે પોતાની જાતને તૈયાર કરતા હોય છે.

મૂળ મુદ્દા પર આવું. કાળા આરસપહાણથી બનેલા એ પરિસરમાં પગ મૂકો, ત્યાં જ ખ્યાલ આવી જાય કે દાયકાઓથી આ જગ્યા પર અનેક તાંત્રિક અનુષ્ઠાનો અને યજ્ઞો થયાં હોવાં જોઈએ. તદ્દન ઉઘાડી જગ્યા. માથે કોઈ છત નહીં. મૂળ જગ્યા ગોંડલ સ્ટેટ વખતની! રાજા-રજવાડાંના સમયમાં ઘોઘાવદરના આ કાળભૈરવની પ્રાણ-પ્રતિષ્ઠા થઈ હોવાની વાત જાણવા મળી.

મહત્ત્વની વાત એ કે ભારતમાં વીજળી આવી, એ સમયથી આ સ્થાનકમાં બલ્બ અથવા લાઇટ લગાવવાના પ્રયત્નો ચાલુ છે, પરંતુ ભૈરવને આ મંજૂર નથી! વીજળીનાં દોરડાં અહીં સુધી પહોંચી શકતા નથી. માની લો કે યેનકેન પ્રકારેણ બલ્બ અથવા લાઇટ લગાવવામાં આવે, તો પણ મધરાતે તે આપોઆપ ધડાકાભેર ફૂટી જાય છે. મંદિરના મહંતો અને શ્રદ્ધાળુઓએ અનેક પ્રયત્નો કર્યા બાદ આખરે હવે પ્રયાસ છોડી દીધા છે.

થાઇરોઈડગ્રસ્ત ભારે શરીરને કારણે જમીન પર ન બેસી શકતા રવિકાકા માટે બાપુએ પોતાની ઓરડીમાંથી ખુરશી લાવી આપી. અમે પણ ભૈરવબાપાને પ્રસાદ ચઢાવવા માટે બીડી, નારિયેળ, પુષ્પની હારમાળા, દૂધ, ગંગાજળ વગેરે લઈને આવેલા.

અમે સૌએ જમીન ઉપર અમારું સ્થાન ગ્રહણ કર્યું. આરતીની તૈયારી પૂરી થઈ કે તરત બાપુએ કાકા સામે જોયું. કાકાએ એમની લાક્ષણિક શૈલીમાં માર્મિક સ્મિત આપ્યું.

'મહારાજ... આપો આહ્‌વાન!' બાપુએ હાકલ મારતાં કહ્યું.

એમણે કાકાના હાથમાં ગૂગળ-લોબાનનું ધૂપેલિયું પકડાવ્યું, જેમાંથી ઊઠી રહેલી ધૂમ્રસેરો સાથે ત્યાં બેઠેલા સાધુઓએ પરિસરમાં રાખેલાં ઢોલ-નગારાં વગાડવાની શરૂઆત કરી.

એ સાથે જ, કાકાએ શુદ્ધ સંસ્કૃત ઉચ્ચારણો સાથે પ્રચંડ અને ભાવવાહી સ્વરે કાળભૈરવાષ્ટકનું ગાન શરૂ કર્યું,

ૐ

૩

...અને, ત્યારથી મારા જીવનના સૌથી ભયાવહ દિવસો શરૂ થયા!

વર્ષ ૨૦૧૫ તેના અંતિમ ચરણમાં પહોંચી ગયું હતું. રવિકાકાના અવસાનને ખાસ્સો સમય વીતી ચૂક્યો હતો. હૃદયના એક ખૂણે સચવાયેલા સ્મૃતિપિટારાને મેં ધૂળ નહોતી ચડવા દીધી. સાત વર્ષમાં એક દિવસ એવો નહીં હોય, જ્યારે મેં દેવી-આરાધના ન કરી હોય! જોકે, એવું પણ નહોતું કે મને દુર્ગા સપ્તસતીના ગૂઢાર્થ સમજાવા માંડ્યા હોય! ભીતર ભક્તિનો અગ્નિ પ્રજ્વલિત રહેતો, જે મારી નિત્યપૂજા માટે જવાબદાર બનતો. હું તો ફક્ત ભાવપૂર્વક સપ્તસતીના પાઠ કરતો. શ્લોકો અને મંત્રો કંઠસ્થ હતા, પરંતુ કેટલાકના અર્થો હજુ પણ ખ્યાલ નહોતા. પાઠ કરતી વખતે દેવી લલિતામ્બિકાની મનમોહક છબી નજર સમક્ષ રહેતી, જે રવિકાકાએ લંડન જતાં પહેલાં મને આપી હતી.

સમયની સાથે પરાશક્તિનાં વિભિન્ન સ્વરૂપો - મહાવિદ્યા, માતૃકા, નિત્યા, યોગિની અને યક્ષિણી - સાધનાઓ અંગે હું ઊંડો ઊતરવા માંડ્યો હતો. દેવી ભાગવત, પુરાણો, મહાભારત, રામાયણ, બ્રહ્મસૂત્રની અપરા તથા પરાવિદ્યાનું વાચન અને પ્રયોગો કરતી વેળા અલગ અલગ આધ્યાત્મિક અનુભવો થતા રહેતા, પરંતુ અવનવા અનુભવો એ મારું ધ્યેય નહોતું. વિશ્વમોહિની મહાત્રિપુરસુંદરીના સાક્ષાત્કારની મહેચ્છા દિવસે ને દિવસે તીવ્ર થતી જતી હતી. ઘણી વખત પૂજાઘરના આસન પર કે મંદિરોના ગર્ભગૃહ સામે ભાવવિભોર થઈને રડી પડાતું! એમને સતત ફરિયાદ કરતો કે આટલાં વર્ષોની નિરંતર ભક્તિ બાદ પણ શું ઓછપ રહી ગઈ છે કે તમે પ્રસન્ન નથી થઈ રહ્યાં? આશીર્વાદ તરીકે માત્ર એક નાનકડો સંકેત આપી દેશો, તો પણ હું જીવનભર બીજું કંઈ નહીં માગું. આમ છતાં, એ દિવ્ય સ્વરૂપાના પ્રાગટ્યનો અવસર નહોતો આવી રહ્યો. મારો જ માંહ્યલો મેલો હોવો જોઈએ!

પૂજાવિધિ વેળાની તસ્વીર - પરખ ભટ્ટ

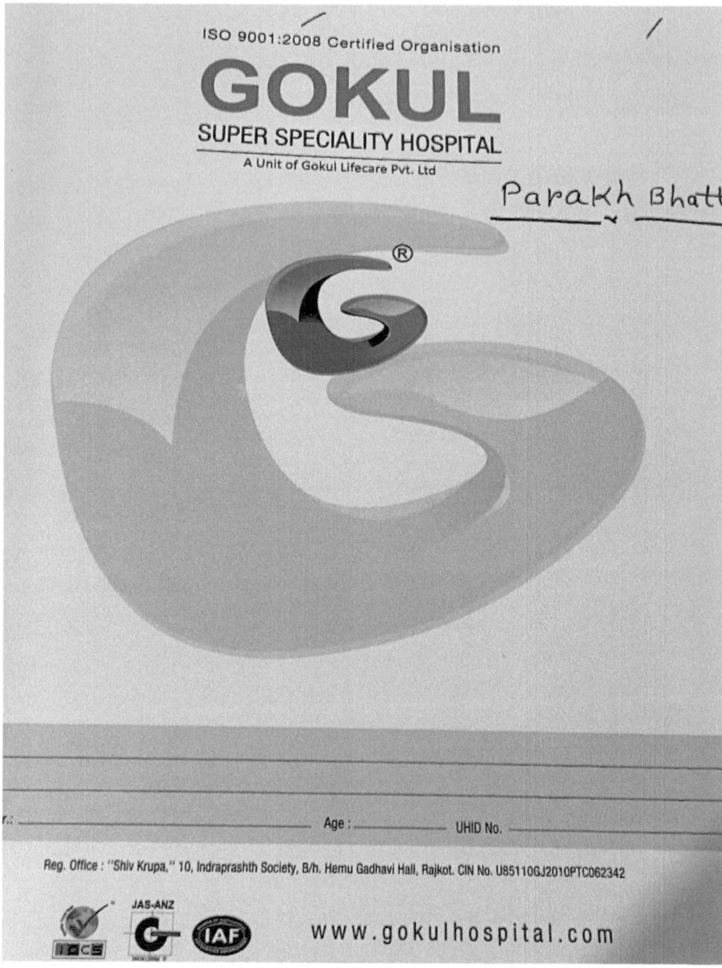

ગોકુલ મલ્ટિ-સ્પેશિયાલિટી હૉસ્પિટલમાં સ્પાઇન (સ્લિપ-ડિસ્ક)નું
નિદાન થયા બાદ બનેલી ફાઈલ

૨૦૧૫ના આસો મહિનાની નવરાત્રિ આવી. વડોદરામાં એ સમયે હું ઇલેક્ટ્રિકલ એન્જિનિયરિંગની સાથોસાથ પર્ફોર્મિંગ આર્ટ્સ કૉલેજ (મહારાજા સયાજીરાવ યુનિવર્સિટી)માં 'ડિપ્લોમા ઇન ડ્રામેટિક્સ'નો અભ્યાસ પણ કરી રહ્યો હતો. ભયંકર ભાગદોડ અને વ્યસ્ત શેડ્યુલની વચ્ચે પણ એ નવરાત્રિમાં મેં પુરુશ્ચરણનો સંકલ્પ લીધો... ફક્ત ફળાહાર ઉપર!

રોજ સવારે પોણા નવ વાગ્યે ફક્ત એક કેળું અથવા સફરજન ખાઈને નીકળી જવાનું! કૉલેજ-બેગમાં એક સફરજન મૂકી રાખું, જે લંચ-બ્રેકમાં ખાઈ લઉં. સાંજે કૉલેજથી પરત ફરતી વેળા સમય મળે, તો નારિયેળ-પાણી પીઉં! ડ્રામા-ક્લાસમાંથી રાતે બાર વાગ્યે રૂમ પર આવીને સ્નાન કરી, અનુષ્ઠાન કરવા બેસું. અંદાજે બે કલાક સુધી ચાલતી પૂજા-વિધિ બાદ ત્રણ વાગ્યાની આસપાસ ફળાહાર કરીને નિદ્રાદેવીની શરણાગતિ સ્વીકારી લઉં.

ભયંકર થાક અને અસહ્ય ભૂખને કારણે ઊંઘ જલદી ન આવતી. આખા શરીરમાં કળતર થતી. અંગેઅંગ તૂટતું! પેટમાં બળતરા ઊપડી હોય, માથામાં સણકા વાગે, કાનમાં સબાકા આવે, પાંપણો ઉપર કોઈકે મણમણનો ભાર મૂક્યો હોય એવું લાગ્યા રાખે. મારા રૂમ-મેટ અને એ સમયના જિગરજાન દોસ્તો રોનક માલવિયા (સુરેન્દ્રનગર) તેમજ નિર્ભય બઢિયા (અમરેલી) મારી આ સાધનાના સાક્ષી! કેટલીક વખત નબળાઈ એટલી બધી આવી જાય કે કૉલેજના કોરિડોરમાં ચાલતાં-ચાલતાં અચાનક બેસી જવું પડે. રેલિંગ પાસે માથું પકડીને બેસી જઉં અને આંખ આડે ક્ષણવાર માટે અંધારું છવાઈ જાય! થોડી ક્ષણો પછી સૂધ પાછી ફરે, એટલે લેક્ચરમાં જવા રવાના થાઉં. નિર્ભય અને રોનકને મારા આ સંકલ્પની ખબર, એટલે તેઓ મારા માટે મલાઈવાળાં નારિયેળ લઈ આવે. મારા અંતરમાંથી એમના માટે હૃદયપૂર્વકનો રાજીપો ઠલવાતો! એમની મદદ અને સારસંભાળ માટે હું આજે પણ એમનો અત્યંત આભારી છું.

પુષ્કળ શારીરિક કષ્ટ ભોગવવું પડતું હોવા છતાં નવ દિવસો સુધી આમ ને આમ દઢ નિશ્ચય અને મનોબળ સાથે પુરુશ્ચરણ પૂરું કર્યું.

જેવી નવરાત્રિ પૂરી થઈ કે મારું વજન લગભગ ત્રણેક કિલોગ્રામ જેટલું ઘટી ગયું. આટલા લાંબા ઉપવાસ બાદ ફક્ત મગના પાણી સાથે ધીરે ધીરે ભોજનની શરૂઆત કરવાની હોય, એટલી સાદી સમજ મારી પાસે નહોતી. નવરાત્રિ પછી તરત રેગ્યુલર શાક-રોટલી અને દાળ-ભાતનું જમણ શરૂ થયું અને હોજરી પર માર પડ્યો. હું બીમાર પડ્યો. મેડિકલ રિપોર્ટ્સમાં જૉન્ડિસ (કમળા)નું નિદાન થયું અને ત્યારબાદ વીસેક દિવસ રાજકોટ ખાતેના ઘરે આરામ કરવા માટે આવવું પડ્યું.

મૉડેલિંગ, થિયેટર અને એન્જિનિયરિંગની લ્હાયમાં વીસ દિવસ પૂરા થતાં જ હું વડોદરા ભાગ્યો. મારાં મમ્મી-પપ્પા પણ થોડા દિવસ મારી સાથે રહેવા માટે આવ્યાં, જેથી હું ઘરના શુદ્ધ રોટલા-પાણી જમી શકું.

ડૉક્ટરે સાફ શબ્દોમાં ચેતવણી આપી હતી કે કમળો થયા બાદના ત્રણેક મહિના સુધી ઝાઝો શારીરિક પરિશ્રમ ન કરતાં, નહીંતર કમળાને કારણે નબળી પડી ગયેલી કરોડરજ્જુ પર બહુ ખરાબ અસર થશે!

થયું પણ એવું જ!

પગની નસ ખેંચાવાની શરૂ થઈ. ચાલતો હોઉં અને અચાનક નસ ખેંચાઈ જવાને કારણે બેસી જવું પડે! કમળાની પોસ્ટ-ઇફેક્ટ ગણીને મેં લગભગ એકાદ મહિનો તેની અવગણના કરી. ઔપચારિક રીતે, ડૉક્ટર પાસે જઈને તપાસ કરાવી. 'વિટામિન બી-૧૨'ના છ ઇન્જેક્શન અને દવાની ટીકડીઓ લીધી, છતાં ફરક ન પડ્યો.

મોડી રાતે અને વહેલી સવારે કમરના ભાગે સબાકા આવવાની શરૂઆત થઈ. કરોડરજ્જુ પર અચાનક વીજળીનો તીખો પ્રહાર થયો

હોય એવા તીક્ષ્ણ ઝાટકા લાગવા માંડ્યા! આવું આખા દિવસમાં ગમે ત્યારે થાય. ચાલતી વખતે, બેસતી વખતે, કામ કરતી વેળા અને સૂવાના સમયે પણ કમરમાં વીજળીના ઝાટકા લાગે!

મારું ટુ-વ્હીલર ચલાવવા માટે પણ ભારે જહેમત ઉઠાવવી પડે. ઘણી વખત તો મિત્રને જ ડ્રાઇવ કરવાનું કહેવું પડે. પીડા એટલી અસહ્ય કે ઘણી વખત પગ કાપી નાંખવાની તીવ્ર ઇચ્છા થઈ આવે.

બે મહિના સુધી અવગણના કરી, ને એમાં દર્દ વધતું ગયું. વળી, સવારે આઠ વાગ્યે બહાર નીકળ્યો હોઉં ને રાતે બાર-એક વાગ્યે પરત ફરું એટલે ઊંઘ પૂરી થાય નહીં. શરીરને જોઈતો આરામ મળે નહીં. તબિયત લથડતી ગઈ. શિયાળો આવતાં જ આ સમસ્યા અતિશય વકરી!

જાન્યુઆરી, ૨૦૧૬માં એક દિવસ એવો આવ્યો, જ્યારે મેં મારી મમ્મીને ફોન કરીને કહ્યું કે, 'હું પલંગ પરથી ઊભો થઈ શકતો નથી. મને લાગે છે કે હું બચી નહીં શકું! આજે મારી છેલ્લી રાત છે!'

અમારા પાડોશી અનિલ અંકલ તથા જયશ્રી આન્ટીએ મને હળદરવાળું દૂધ અને પેઇનકિલર આપી, છતાં દુ:ખાવામાં કોઈ ફર્ક ન પડ્યો. આખરે તેઓ મને એમની કારમાં છેક પંડ્યા-બ્રિજ બસ-સ્ટૉપ સુધી મૂકી ગયા. મિત્ર નિર્ભયે પોતાના ખભાના ટેકે મને બસમાં ચડવામાં મદદ કરી. 'મહાસાગર ટ્રાવેલ્સ'ના સ્લીપિંગ-કોચમાં હું રાતે ૧૨ વાગ્યે રાજકોટ આવવા નીકળ્યો.

ઘરે આવીને ઍક્સ-રે અને એમ.આર.આઈ. રિપોર્ટ્સ કરાવ્યા, ત્યારે ખબર પડી કે કમરના પાંચમા મણકાની ગાદી (સ્લિપ-ડિસ્ક) ખસી ગઈ છે. સ્વસ્થ માણસની ગાદી અને સ્પાઇનલ-કોર્ડ વચ્ચેની જગ્યા મોટાભાગે ૧૬-૧૮ MM જેટલી હોય, જ્યારે મારા કેસમાં એ અંતર ઘટીને ફક્ત ૪.૧ MM થઈ ગયું હતું!

ઘણા નિષ્ણાત ડૉક્ટર્સને રિપોર્ટ્સ દેખાડ્યા બાદ જાણ થઈ કે ઑપરેશન સિવાય બીજો કોઈ વિકલ્પ નથી. ડૉક્ટર્સનું મંતવ્ય હતું કે જો તાત્કાલિક સર્જરી ન થઈ તો, ડાબા પગની નસમાં ખૂંચી રહેલી ગાદીને કારણે કદાચ પેરેલિસિસનો ભોગ બનવું પડે!

હું અંદરથી સાવ ભાંગી પડ્યો. આત્મવિશ્વાસ, કારકિર્દી, જીવન, સુખ, સ્વાસ્થ્ય જેવા શબ્દો મને નિરર્થક લાગવા માંડ્યા. આમ છતાં, ઈશ્વર પરત્વેના મારા સમર્પણભાવમાં કોઈ ઓટ ન આવી.

શરીરને ભોગવવી પડતી પીડાને કર્મચક્રનો ભાગ માની, મેં મારા ભાગ્યને સ્વીકારી લીધું. 'મારી સાથે જ આવું કેમ?' એવો વિચાર પણ ક્યારેય ન આવ્યો, કારણ કે હું પહેલેથી બહુ દૃઢપણે એવું માનું છું કે ઈશ્વરની ભક્તિ તો થઈ શકે, પરંતુ સોદો કે વેપાર નહીં! વળતર મેળવવાની આશાએ કરવામાં આવેલું શરતી સમર્પણ ક્યારેય ઈશ્વરની સમીપ નથી લઈ જતું.

ધીરે ધીરે પરસ્વાધીનતા વધતી ગઈ. હલન-ચલન ઘટતું ગયું. ડાબા-જમણા પડખે સૂવાનું પણ બંધ થયું. પાંચ-છ રાતો મેં જીવતી લાશની માફક ચત્તાપાટ સૂઈને છત સામે તાકતાં વિતાવી. પીઠ જરાક પણ હલે તો આખા શરીરમાં હજાર વોલ્ટનો ઝાટકો લાગ્યો હોય એટલું ભયાનક દર્દ અનુભવાય. ડાબા પગની નસને કોઈક બંને હાથથી સામસામે પકડીને જોરથી ખેંચતું હોય, એવી અનુભૂતિ થાય!

ઑપરેશનનો દિવસ આવ્યો. ડૉક્ટર્સનું કહેવું હતું કે, ઑપરેશન-ટેબલ ઉપર જો જરૂર પડશે તો આર્ટિફિશિયલ-ડિસ્ક બેસાડીશું, પરંતુ એનો સૌથી મોટો ગેરફાયદો એ હતો કે શરીરનું હલનચલન મર્યાદિત થઈ જાય! અમુક પરેજી અને સાવચેતીઓ આખું જીવન રાખવી પડે.

રાજકોટના વિદ્યાનગર મેઇન રોડ પર આવેલી 'ગોકુલ મલ્ટિ-સ્પેશિયાલિટી હૉસ્પિટલ'ના ડૉ. પ્રકાશ મોઢા (ન્યૂરો-સર્જન), ડૉ. રાજેન્દ્ર મહેતા (સ્પાઇન સ્પેશિયાલિસ્ટ) સહિત કુલ ૬ નિષ્ણાત

ડૉક્ટર્સની ટીમ તૈનાત હતી. સૌરાષ્ટ્રના ઉત્કૃષ્ટ તબીબોમાં એમનો સમાવેશ થતો. ચહેરા ઉપર સ્મિત સાથે એમણે પ્રિ-સર્જરી સમજૂતીઓ આપી. અલબત્ત, એમના સ્મિત પાછળ છુપાયેલી ચિંતા મારી નજરોથી અછાની નહોતી. ૧૯ વર્ષના યુવક પર કરોડરજ્જુનું ત્રણ કલાકનું એક એવું ઑપરેશન (લેમિનેક્ટૉમી) થવા જઈ રહ્યું હતું, જેમાં જરા પણ ચૂક થઈ તો મારું ચેતાતંત્ર જ નહીં, પરંતુ પ્રાણ પણ જોખમમાં મુકાઈ શકે!

પપ્પાએ બધા કાગળિયાં પર ધ્રૂજતા હાથે હસ્તાક્ષર કરીને એનેસ્થેસિયાની ફૉર્માલિટી પૂરી કરી. એનેસ્થેસિયાના ફૉર્મ પર એ વાતની બાંયધરી લેવામાં આવી કે જો દર્દી ભાનમાં ન આવે કે પછી આકસ્મિક સંજોગોમાં તેનું મૃત્યુ થાય, તો એની જવાબદારી હૉસ્પિટલ કે ડૉક્ટર્સની રહેશે નહીં.

મમ્મી મને આ હાલતમાં જોઈ શકે એમ નહોતી, એટલે તે ઘરે રહીને સતત પ્રાર્થના કરી રહી હતી.

કર્મબંધનોને કાપ્યા સિવાય આમ પણ છૂટકો નહોતો, એટલે સ્થિતપ્રજ્ઞ અવસ્થામાં હું મારી સાથે બનતી ઘટનાઓને નિહાળી રહ્યો હતો. આગળનું જીવન હું મમ્મી-પપ્પા માટે ભારરૂપ બનીને ન રહી જાઉં, એટલી જ જગદમ્બિકાને પ્રાર્થના હતી! જે ઉંમરે દીકરાએ મા-બાપની સેવા કરવી જોઈએ, એ વયે હું એમને મારી સેવા કરાવી રહ્યો હતો... આ મને ખટકી રહ્યું હતું.

ઑપરેશન-થિયેટરમાં મને લઈ જવામાં આવ્યો. હૉસ્પિટલના આછા વાદળી રંગના કપડાં પહેરીને હું સ્ટ્રેચર ઉપર સૂતો. મમ્મી સાથે ફોન પર વાત કરી અને કહ્યું કે, જલદી ઘરે આવી જઈશ! બહાર ઊભેલા પપ્પાને નિશ્ચિંત રહેવાનું આશ્વાસન આપીને ડૉક્ટરે મારી સામે ઑ.ટી. - ઑપરેશન થિયેટર - નો દરવાજો બંધ કર્યો.

દ્વાર બિડાયાં અને એની ઉપરની લાલ બત્તી સળગી ઊઠી, જે ઑપરેશન ચાલુ થયાનો સંકેત હતી.

'ઑલ ઑકે?' ડૉક્ટરે પૂછ્યું.

'હા, એકદમ!' મેં કહ્યું. પણ રાબેતા મુજબ, ચિંતાની ક્ષણોમાં મારી હથેળી ને કપાળ ઉપર પરસેવાનું આછું થર પથરાઈ ચૂક્યું હતું. શરીર ઠંડું પડી ગયું હતું. અજાણપણે જ હું ધ્રૂજી રહ્યો હતો. સ્થિતપ્રજ્ઞતા બાષ્પ બની ચૂકી હતી! આજુબાજુમાંથી આવતાં બીપ-બીપના અવાજ, મશીનોનો થડકાર અને સેનેટાઇઝરની વાસનો આ અનુભવ મારા માટે સાવ નવો હતો! માથા ઉપર ચાલુ કરવામાં આવેલી તીવ્ર રોશની (મેડિકલ ભાષામાં 'ઓવરહેડ સર્જિકલ લાઇટ્સ')ને કારણે મારો જીવ ચૂંથાઈ રહ્યો હતો.

મેં મનોમન સિદ્ધકુંજિકા સ્તોત્રના પાઠ શરૂ કર્યા.

नमस्ते रुद्ररूपिण्यै नमस्ते मधुमर्दिनि ।
नमः कैटभहारिण्यै नमस्ते महिषार्दिनि ॥

'હે રુદ્રસ્વરૂપિણી, મધુ અને કૈટભનો વધ કરનાર મહિષાસુરમર્દિની... તને નમસ્કાર છે...'

જ્યારથી પરામ્બિકાની મંત્રસાધના શરૂ કરી હતી, ત્યારથી માંડીને અત્યાર સુધીનાં વર્ષોમાં એ દિવસે કદાચ પહેલી વાર હું આટલી તીવ્રતા અને અત્યંત આર્તનાદે જગદમ્બિકાને પોકારી રહ્યો હતો...

नमस्ते शुम्भहन्त्र्यै च निशुम्भासुरघातिनि ।
जाग्रतं हि महादेवि जपं सिद्धं कुरुष्व मे ॥

'શુંભ અને નિશુંભ જેવા દૈત્યોને હણનારી હે શક્તિસ્વરૂપા... મહાદેવી... આદિભવાની... જાગૃત હો અને મારા જપને સિદ્ધ કરો...'

ડૉક્ટરે પ્રોસિજર શરૂ કરી. મારા ડાબા હાથમાં ભોંકાયેલી સોય સાથે કેટકેટલી નળીઓ જોડાવા લાગી. બ્લડપ્રેશર અને હૃદયના ધબકારા પણ માપવામાં આવ્યા.

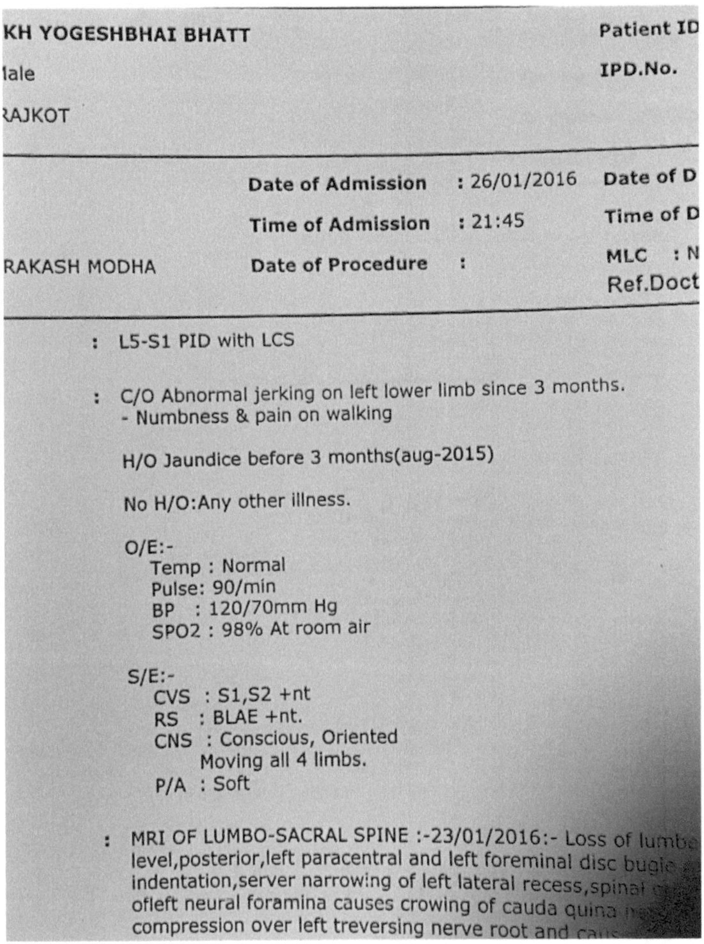

KH YOGESHBHAI BHATT | Patient ID

1ale | IPD.No.

RAJKOT

	Date of Admission	: 26/01/2016	Date of D
	Time of Admission	: 21:45	Time of D
RAKASH MODHA	Date of Procedure	:	MLC : N Ref.Doct

: L5-S1 PID with LCS

: C/O Abnormal jerking on left lower limb since 3 months.
- Numbness & pain on walking

H/O Jaundice before 3 months(aug-2015)

No H/O:Any other illness.

O/E:-
Temp : Normal
Pulse: 90/min
BP : 120/70mm Hg
SPO2 : 98% At room air

S/E:-
CVS : S1,S2 +nt
RS : BLAE +nt.
CNS : Conscious, Oriented
Moving all 4 limbs.
P/A : Soft

: MRI OF LUMBO-SACRAL SPINE :-23/01/2016:- Loss of lumb
level,posterior,left paracentral and left foreminal disc bugie
indentation,server narrowing of left lateral recess,spinal
ofleft neural foramina causes crowing of cauda quina n
compression over left treversing nerve root and cau

મારી પેશન્ટ ફાઈલ.

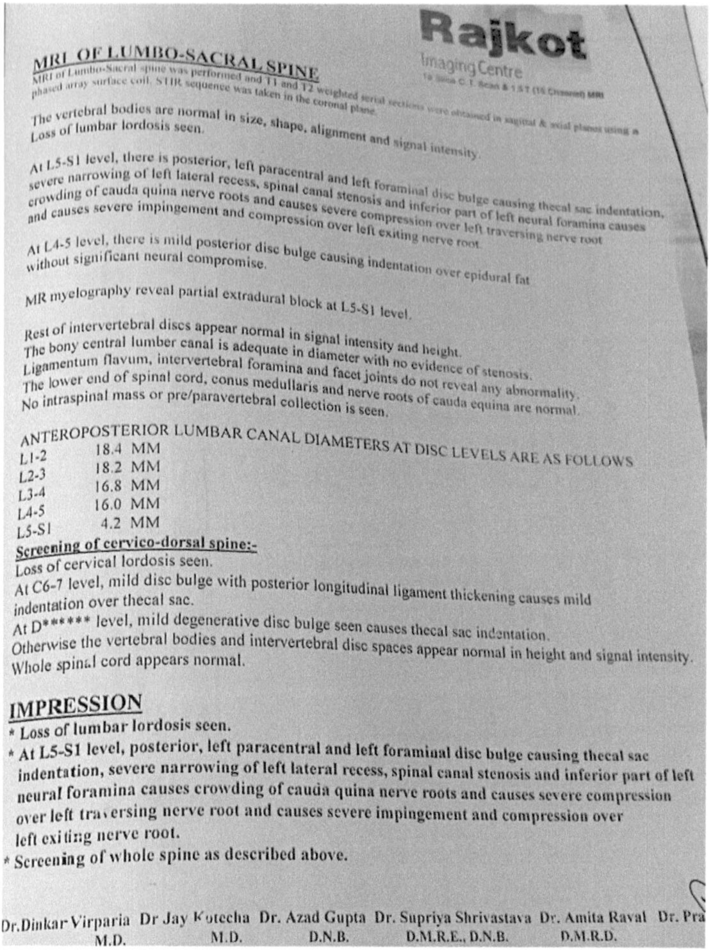

Rajkot
Imaging Centre

MRI OF LUMBO-SACRAL SPINE

MRI of Lumbo-Sacral spine was performed and T1 and T2 weighted serial sections were obtained in sagittal & axial planes using a phased array surface coil. STIR sequence was taken in the coronal plane.

The vertebral bodies are normal in size, shape, alignment and signal intensity.
Loss of lumbar lordosis seen.

At L5-S1 level, there is posterior, left paracentral and left foraminal disc bulge causing thecal sac indentation, severe narrowing of left lateral recess, spinal canal stenosis and inferior part of left neural foramina causes crowding of cauda quina nerve roots and causes severe compression over left traversing nerve root and causes severe impingement and compression over left exiting nerve root.

At L4-5 level, there is mild posterior disc bulge causing indentation over epidural fat without significant neural compromise.

MR myelography reveal partial extradural block at L5-S1 level.

Rest of intervertebral discs appear normal in signal intensity and height.
The bony central lumber canal is adequate in diameter with no evidence of stenosis.
Ligamentum flavum, intervertebral foramina and facet joints do not reveal any abnormality.
The lower end of spinal cord, conus medullaris and nerve roots of cauda equina are normal.
No intraspinal mass or pre/paravertebral collection is seen.

ANTEROPOSTERIOR LUMBAR CANAL DIAMETERS AT DISC LEVELS ARE AS FOLLOWS

L1-2	18.4 MM
L2-3	18.2 MM
L3-4	16.8 MM
L4-5	16.0 MM
L5-S1	4.2 MM

Screening of cervico-dorsal spine:-

Loss of cervical lordosis seen.
At C6-7 level, mild disc bulge with posterior longitudinal ligament thickening causes mild indentation over thecal sac.
At D****** level, mild degenerative disc bulge seen causes thecal sac indentation.
Otherwise the vertebral bodies and intervertebral disc spaces appear normal in height and signal intensity.
Whole spinal cord appears normal.

IMPRESSION

* **Loss of lumbar lordosis seen.**
* **At L5-S1 level, posterior, left paracentral and left foraminal disc bulge causing thecal sac indentation, severe narrowing of left lateral recess, spinal canal stenosis and inferior part of left neural foramina causes crowding of cauda quina nerve roots and causes severe compression over left traversing nerve root and causes severe impingement and compression over left exiting nerve root.**
* **Screening of whole spine as described above.**

Dr.Dinkar Virparia M.D. Dr Jay Kotecha M.D. Dr. Azad Gupta D.N.B. Dr. Supriya Shrivastava D.M.R.E., D.N.B. Dr. Amita Raval D.M.R.D. Dr. Pra

કમરના પાંચમા મણકાની ગાદી L5-S1 અને સ્પાઇન કૉર્ડ વચ્ચે થઈ રહેલા ઘર્ષણની મેડિકલ હિસ્ટ્રીનો એમ.આઈ.આર. રિપોર્ટ

મારા હોઠ સતત બબડી રહ્યા હતા...

ऐंकारी सृष्टिरूपायै ह्रींकारी प्रतिपालिका ।
क्लींकारी कामरूपिण्यै बीजरूपे नमोस्तु ते ॥

'ઐં'કાર સ્વરૂપે સમસ્ત સૃષ્ટિમાં બિરાજમાન, 'હ્રીં'કાર સ્વરૂપે જગતનું પાલન કરનાર અને 'ક્લીં'કાર સ્વરૂપે સચરાચર બ્રહ્માંડમાં બીજરૂપે વિદ્યમાન હે આદ્યમહેશ્વરી... કમલાત્મિકા... તને નમસ્કાર હો!

આખા રૂમમાં સ્પિરિટની તીવ્ર ગંધ ફેલાયેલી હતી.

'ઇટ્સ ટાઇમ!' ડૉક્ટરે હળવેથી મારો ખભો દબાવતાં કહ્યું. એનેસ્થેસિયા આપવાનો સમય આવી ચૂક્યો હતો!

મને ભયંકર ગૂંગળામણ અને ગભરામણનો અનુભવ થવા લાગ્યો. ઘડીભર તો થયું કે ઑપરેશન માટે ના પાડી દઉં! જે થશે, એ જોયું જશે... પણ જીભને લકવો મારી ગયો હતો. ગળું સુકાઈને રણ બની ગયું હતું. જીવવાની જિજીવિષા અને સ્વસ્થ થવાની મૃગતૃષ્ણા એકબીજાને સમાંતરે દોડી રહી હતી. કોણ કોના ઉપર પ્રભુત્વ સ્થાપશે, એ કહેવું મુશ્કેલ હતું!

આમ છતાં, મારા માનસિક જપ અટક્યા નહીં.

चामुण्डा चण्डघाती च यैकारी वरदायिनी ।
विच्चे चाभयदा नित्यं नमस्ते मन्त्ररूपिणि ॥

'ચંડનો વધ કરનારી હે ચામુંડા... 'યૈ'કાર સ્વરૂપે ઇચ્છિત વરદાન અને 'વિચ્ચે' સ્વરૂપે અભયત્વ પ્રદાન કરનારી હે મંત્રરૂપિણી મા, તને નમસ્કાર કરું છું!'

મારી આંખમાંથી એક અશ્રુબુંદ ટપકીને ઓશીકામાં ભળી ગયું.

...અને, એ જ સમયે ઑ.ટી.નો દરવાજો ખૂલ્યો!

એ દશ્ય હું કદાચ જન્મ-જન્માંતરો સુધી ભૂલી નહીં શકું! ઑ.ટી.ના વસ્ત્રોમાં સજ્જ આધેડ વયની એક સ્ત્રીએ રૂમમાં પ્રવેશ

કર્યો. લાંબા-કાળા રેશમી વાળનો અંબોડો, સૂર્ય સમાન દિવ્ય કાંતિ ધરાવતું વિશાળ લલાટ, લાલ ચાંલ્લો! મોં પર સર્જિકલ-માસ્ક હોવા છતાં મારી આંખોએ એમના હોઠ પર તરતું વહાલસોયું સ્મિત ભાળી લીધું.

તેમના પ્રવેશતાં જ, કમળના પુષ્પની આછેરી ભીની સુવાસ આખા ઑ.ટી.માં પ્રસરી ગઈ. ક્ષણવાર પહેલાંની સ્પિરિટની તીખી ગંધનું નામોનિશાન અચાનક મટી ગયું. તેઓ ધીમાં ડગ ભરતાં મારી પાસે આવ્યાં. મોં પરથી માસ્ક ઉતારીને એમણે મારી આંખોમાં જોયું. શરીર પર એક પણ અલંકાર ન હોવા છતાં તેઓ દીપી રહ્યાં હતાં. હિમશિખર સમાન શ્વેત ત્વચા, ઉજ્જ્વળ આભા અને ગૌરવર્ણ! સુંદરતા પણ જેમની સામે નાનપ અનુભવે એવા અવ્યક્ત-અકળ સૌંદર્યની સ્વામિની! જેમનું શાબ્દિક વર્ણન કરવા માટે શબ્દો ખૂટી પડે, એવી એ પ્રકૃતિસ્વરૂપાને જોઈને મારા મસ્તિષ્કમાં અનાયાસે જ મંત્રો ગૂંજી ઊઠ્યા...

ॐ जयंती मंगला काली भद्रकाली कपालिनी ।
दुर्गा क्षमा शिवा धात्री स्वाहा स्वधा नमोऽस्तुते ।।

नमो देव्यै महादेव्यै शिवायै सततं नमः ।
नमः प्रकृत्यै भद्रायै नियताः प्रणताः स्मताम् ।।

या देवी सर्वभुतेषु मातृरूपेण संस्थिता ।
नमस्तस्यै नमस्तस्यै नमस्तस्यै नमो नमः ।।

सृष्टि स्थिति विनाशानां शक्तिभूते सनातनि ।
गुणाश्रये गुणमये नारायणि नमोऽस्तुते ।।

સમયની ગતિ મારા માટે થંભી ગઈ. એમની આંખોમાંથી વહી રહેલા મમતાના ઝરણામાં હું તરબોળ થવા માંડ્યો.

ઠંડી પડી ચૂકેલી મારી હથેળીને એમણે પોતાના હાથમાં લીધી. એ સ્પર્શમાં શરદપૂર્ણિમાના ચંદ્ર જેવી શીતળતા હતી. મારા મનમાં

ચાલી રહેલો ઘૂઘવાટ અને આધિ-વ્યાધિ-ઉપાધિ તત્ક્ષણ શમી ગયાં.

'હું છું ને, દીકરા! શેની ચિંતા?' મારી અશ્રુ નીતરતી આંખોમાંથી ગાલ પર ઊતરી આવેલી ધારાને હળવેકથી લૂછતાં એમણે કહ્યું, 'તને કંઈ નહીં થવા દઉં!'

એમના સ્વરમાં સાક્ષાત્ સરસ્વતીનો પુણ્યપ્રતાપ અને હજારો ખંજરીઓનો મીઠો રણકાર હતો. કાનમાં ઘોળાયેલાં આ મધમીઠા શબ્દોએ મારી તમામ નાડીઓ અને મર્મકેન્દ્રોમાં થઈ રહેલાં આંદોલનોને શાંત કરી દીધાં. આખા દેહમાં ચાલી રહેલું કંપન એકાએક અટકી ગયું.

ત્યારબાદ, પોતાના હાથમાં રહેલાં ઇન્જેક્શન વડે એમણે મને એનેસ્થેસિયાનો ડોઝ આપ્યો. મારી આંખો ઘેરાતી ગઈ. બેહોશીમાં સરી પડું એ પહેલાં મેં મનોમન એ મમતાવાન હેતાળ સ્ત્રીને વંદન કર્યાં અને ભૂતકાળમાં જાણે-અજાણે થઈ ગયેલા અપરાધ માટે માફી માંગી...

मत्समः पातकी नास्ति पापघ्नी त्वत्समा न हि ।
एवं ज्ञात्वा महादेवि यथायोग्यं तथा कुरु ॥

...તત્પશ્ચાત્, હું ક્યારે બેહોશીમાં સરી પડ્યો એની મને જાણ ન રહી. હા, એટલો ખ્યાલ છે કે કમળની સુવાસ મારી નાસિકામાં છેક સુધી ઊંડે ઊતરી ચૂકી હતી.

લગભગ સાડા ત્રણ કલાક બાદ એનેસ્થેસિયાની અસરમાંથી હું બહાર આવ્યો, ત્યારે ડૉક્ટરની ટીમ મને આઈ.સી.યુ. (ઇન્ટેન્સિવ કેર યુનિટ)માં શિફ્ટ કરી રહી હતી. હું વારેઘડીએ બેહોશ થઈ રહ્યો હતો.

લગભગ દોઢ-બે કલાક બાદ મારી સ્વસ્થતા અને સભાનતા પરત ફરી, ત્યારે ડૉક્ટર, મમ્મી અને પપ્પા સસ્મિત વદને મારી પથારી પાસે ઊભાં હતાં.

'કૉન્ગ્રેચ્યુલેશન્સ!' ડૉક્ટરે અભિનંદન પાઠવતાં કહ્યું, 'ક્રિટિકલ સિચ્યુએશન હોવા છતાં કમરમાં કૃત્રિમ ગાદી બેસાડવાની જરૂર નથી પડી!'

મેં હાશકારો અનુભવ્યો. મમ્મી-પપ્પાના ચહેરા પર પણ નિરાંતના ભાવ હતા, એ જોઈને હું સહેજ ગળગળો થઈ ગયો.

'ડૉક્ટર...' તરડાતા અવાજે મેં પૃચ્છા કરી, 'જે લેડી ડૉક્ટરે મને એનેસ્થેસિયા આપ્યું હતું, એમને એક વખત બોલાવી આપો ને, પ્લીઝ!'

ગળામાંથી નળી તાજેતરમાં કાઢી હોવાને લીધે મને બોલવામાં ખાસ્સી તકલીફ પડી રહી હતી. મોં એકદમ આળું થઈ ગયું હતું. થૂંક ગળે ઉતારવામાં થોડી તકલીફ પડી રહી હતી. આંખોમાં ધૂંધળાશ હતી.

ડૉક્ટર સહેજ ચોંક્યા. એમણે તરત સ્વસ્થતા ધારણ કરતાં કહ્યું, 'તમને એનેસ્થેસિયા કોઈ લેડી ડૉક્ટરે નહીં, પરંતુ પુરુષ ડૉક્ટરે આપ્યું છે!'

એમણે પપ્પાના હસ્તાક્ષર કરેલી (પેશન્ટની બાંયધરી લેતી) ફાઈલ ખોલીને મારી સામે ધરી દીધી.

હા... કાગળિયાં પણ ડૉક્ટરની વાતને સત્ય ઠેરવી રહ્યાં હતાં.

હું વિચિત્ર નજરે એમની સામે જોઈ રહ્યો. આ વાત મારા ગળે ઊતરી નથી, એ વાતનો અંદાજ ડૉક્ટરને આવી ગયો. એમણે પપ્પાને કહ્યું, 'ડૉન્ટ વરી, હજુ એનેસ્થેસિયાની અસર ઊતરવામાં થોડો સમય લાગશે. ત્યાં સુધી પેશન્ટ ચિત્તભ્રમ કે ગેરસમજથી ભરેલી વાતો કરે તો મૂંઝાશો નહીં!'

મેં કશુંક કહેવા માટે મોં ઉઘાડ્યું, પરંતુ મગજમાં આવેલા એક વિચારને કારણે મારા શબ્દો ગળામાં જ અટવાઈને રહી ગયા. અહીંયાં દલીલને અવકાશ નહોતો, એટલી સમજણ કેળવવામાં મને જરા પણ વખત ન લાગ્યો!

હું ગમે એટલી ચીસો પાડીને મારી વાત સાબિત કરવાનો પ્રયત્ન કરત, તો પણ એ અર્થહીન પુરવાર થાત! તાર્કિક જગત આને મિથ્યા કહી શકે, મુશ્કેલીના સમયે મગજે પેદા કરેલા ભ્રમ અથવા વહેમમાં ખપાવી શકે... પરંતુ મારા માટે આ સૂર્ય અને ચંદ્રના ઊગવા-આથમવા જેટલું નર્યું સત્ય હતું! મેં જે અનુભવ્યું, એ મારે કોઈની સામે પુરવાર નહોતું કરવું. ભવોભવના તારણહાર સમું આ તથ્ય પરાપર રહસ્યની લીલાનો એક એવો ભાગ હતું, જેની મેં પાછલાં સાત વર્ષોથી મહેચ્છા રાખી હતી. મારા જીવનના સૌથી નબળા સમયમાં શ્રીચક્રનગર સમ્રાજ્ઞીએ આપેલાં દર્શન જ હવે મારા માટે બ્રહ્મસત્ય હતાં!

મમ્મી-પપ્પા અને ડૉક્ટર એકબીજા સાથે વાત કરવા માટે જેવાં બહાર નીકળ્યાં કે તરત મારા નાકમાં ફરી કમળની સુવાસ પ્રસરી ગઈ.

મનોમન મેં ત્રિગુણાત્મિકાને ભાવવિભોર થઈ પ્રણામ કર્યા...

'હે નાદરૂપા નારાયણી, રાજરાજાર્ચિતા રાજીવલોચના, વિધાત્રી વિંધ્યાચલ નિવાસિની, સિદ્ધેશ્વરી સંપ્રદાયેશ્વરી, શ્રીષોડશાક્ષરી મહાવિદ્યા, ત્રિપુરાશ્રીવશંકરી શ્રીમત્-મહાત્રિપુરસુંદરી, વિષ્ણુમાયા પરાશક્તિ... તમારા ચરણોમાં હું સાષ્ટાંગ દંડવત્ કરું છું...'

એ જ ક્ષણે, મને ૭ વર્ષ પહેલાં ઉચ્ચારાયેલાં ભવિષ્યકથનનું સ્મરણ થયું. જીવનના સર્વપ્રથમ ગુરુ રવિકાકાના અંતિમ શબ્દો મારા કાનમાં પડઘાઈ ઊઠ્યા...

'જગદીશ્વરી મહાત્રિપુરસુંદરી હંમેશાં રક્ષાકવચ બનીને તારી આસપાસ વિદ્યમાન રહેશે! જગદંબા અર્પણમસ્તુ.'

...અને, મારી આંખોમાં ભીનાશ તરી આવી! હું ફરી એક વખત બેહોશીમાં સરી પડ્યો.

ૐ

...અને, ત્યારથી મારા જીવનના સૌથી ભયાવહ દિવસો શરૂ થયા!

૪

દુન્યવી પીડા : સાધકના જીવનનું એક અભિન્ન અંગ!

સાધનાના પથ ઉપર ચાલ્યા વિના ફક્ત પુસ્તકિયું જ્ઞાન ઠાલવતાં લોકોથી દૂર રહેવું, કારણ કે પ્રત્યેક સાધકની આ અંગેની અનુભૂતિઓ હંમેશાં જુદી જુદી હોય છે. છ વર્ષો સુધી તપ કર્યા બાદ પણ ભગવાન બુદ્ધને જ્યારે ઈશ્વરનો સાક્ષાત્કાર ન થયો, ત્યારે એમણે આધ્યાત્મિકતાને એક નવા જ દૃષ્ટિકોણ સાથે દુનિયા સાથે વહેંચી. બીજી બાજુ, આદિ શંકરાચાર્યને જ્યાં સુધી ભગવતી મહાશક્તિનો સાક્ષાત્કાર ન થયો, ત્યાં સુધી તેઓ પણ શાક્તમતમાં વિશ્વાસ ધરાવતા નહોતા. મીરાંબાઈએ કૃષ્ણને ભક્તિ થકી પામ્યાં. નરસિંહ મહેતા પોતાના ભજન થકી શામળિયા શેઠનો સાક્ષાત્કાર કરી શક્યા. એવી જ રીતે, રામકૃષ્ણ પરમહંસનો દેવી મહાકાલી સાથે એક અલગ જ પ્રકારનો વાત્સલ્યપૂર્ણ - મમતાપૂર્ણ સંબંધ હતો. ચૈતન્ય મહાપ્રભુનું સત્ય મહાયોગી ગોરખનાથ કરતાં અલગ હતું. સ્વામી વિવેકાનંદનું સત્ય વામખેપાના આત્મ-સાક્ષાત્કારથી ભિન્ન હતું.

આ બધાં દૃષ્ટાંતો વચ્ચે એક સૌથી મોટું સામ્ય એ છે કે આમાંના પ્રત્યેક મહાનુભાવોએ પોતાના જીવનમાં સુદીર્ઘ સાધના કરી હતી. એ પછી નવધા ભક્તિ હોય કે મંત્ર-તંત્ર-યંત્ર સાધના... ધ્યાનયોગ હોય કે પછી અઘોરક્રિયાઓ! સ્વર્ણ જ્યાં સુધી ધગધગતી જ્વાળામાં તપે નહીં, ત્યાં સુધી તેનો ઘાટ નથી ઘડી શકાતો. માટલું જ્યાં સુધી કુંભારના હાથોથી ટિપાય નહીં, ત્યાં સુધી ઉપયોગી બનતું નથી.

સાધનાનો હરિરસ ચાખી લો, પછી તેનાથી દૂર રહેવું અસહનીય બની જાય છે. તે વાસ્તવમાં સોમરસની માફક સાધકને લાંબો સમય સુખ આપી શકે છે. એવો પરમાનંદ, જે ચિરકાલીન હોય છે... શાશ્વત હોય છે... નિરંતર હોય છે... નિતાંત હોય છે! સાધનાના માર્ગ ઉપર આગળ વધતાં વધતાં એક સમય એવો આવે છે, જ્યારે શાસ્ત્રો અને પુરાણોમાં આલેખાયેલી અનુભૂતિઓ સત્ય ઠરવા માંડે છે. જીવનમાંથી પીડા જતી રહે છે, એવું કહેવાનો અર્થ

નથી... કારણ કે જ્યાં સુધી માણસ અંતિમ શ્વાસ ન લે, ત્યાં સુધી સાંસારિક જટિલતાઓ તેને વળગીને રહેવાની જ છે; પરંતુ સાધના થકી તેની તીવ્રતા ક્રમશઃ ઘટવા માંડે છે. અન્યો માટે પહાડ સમાન ભાસતી મુશ્કેલીઓ એક સાધક માટે નાનકડી પાષાણશિલા માફક બની જાય છે. તેનું ચિત્ત સ્થિતપ્રજ્ઞતાની એક એવી અવસ્થામાં પહોંચી જાય છે, જ્યાં રોજબરોજની ઘટમાળ ક્ષુલ્લક લાગવા માંડે છે. ઈશ્વરના ધ્યાન સિવાય તેના મનને બીજું એક પણ મિષ્ટાન્ન ભાવતું નથી. આનો અર્થ એવો બિલકુલ નથી કે સાધક ઇન્દ્રિયોથી ઉપર ઊઠી જાય છે! ના... એ અવસ્થા સુધી પહોંચવામાં તો ઘણો સમય લાગે છે, પરંતુ એટલું ચોક્કસ કે માણસ પહેલું ડગલું માંડી ચૂક્યો હોય છે. માર્ગમાં આવનારી પ્રત્યેક બાધાઓ હવે કર્મનાં બંધન કાપનારી એક તક સમી પ્રતીત થવા માંડે છે.

જાન્યુઆરી, ૨૦૧૬માં થયેલું મારું ઑપરેશન મારા માટે પણ એક અવસર સમું પુરવાર થયું. જગદમ્બિકાએ જીવનની એક એવી દિશા મને સૂચવી, જે મારું સર્વસ્વ બની ગઈ.

ઑપરેશન બાદના બેડ-રેસ્ટ દરમિયાન આરંભ થઈ, મારી લેખનયાત્રા!

સાધનાનાં અનેક રહસ્યોમાંનું એક રહસ્ય આ પણ છે. વર્ષ ૨૦૧૫ની આસો નવરાત્રિમાં કરેલું મંત્ર-અનુષ્ઠાન મને મારા પૂર્વભવોના કર્મોમાંથી મુક્ત કરાવનારું પુરવાર થયું. સાધનાના માર્ગ ઉપર આગળ વધતા હોઈએ, ત્યારે કર્મચક્રમાંથી છુટકારો પણ નિશ્ચિત છે... પરંતુ 'ધેર હી નો ફ્રી લંચ ઇન ધ વર્લ્ડ'ની ઉક્તિ અહીં પણ અસરકારક રીતે લાગુ પડે છે. પૂર્વભવનાં કર્મ હોય કે પછી વર્તમાન ભવનાં, દરેક સાધકે તેને ભોગવ્યે જ છૂટકો! એટલું ખરું કે ભક્તિના પ્રતાપે તેની તીવ્રતા ઘટાડી શકવી સંભવ છે. શૂળીનો ઘા સોયથી ટળી જાય, ત્યારે માનવું કે તમે એક બહુ મોટા કર્મબંધનમાંથી આઝાદ થયા છો!

આ સમજવું થોડું જટિલ છે, પણ હું પૂરતો પ્રયત્ન કરીશ કે તેને સરળ રીતે આપની સમક્ષ પ્રસ્તુત કરી શકું. મારી કમરના પાંચમા મણકાની ગાદી ખસી જવાની ઘટના, એના લીધે મહિનાઓ સુધી ભોગવવી પડેલી પીડા અને ત્યારબાદ થયેલું ઑપરેશન એ વાસ્તવમાં મારી સાધનાનું એક ફળ ગણી શકાય. એક મા પોતાના સંતાનની પ્રગતિ જ ઇચ્છે અને એ માટે જરૂર પડ્યે કડવી દવા પણ પાઈ શકે!

મારી આધ્યાત્મિક ઉન્નતિ અને સાંસારિક ઉન્નતિ હંમેશાંથી એક રથના બે પૈડાં સમાન રહી છે. બંનેનો વિકાસ એકસાથે જ થયો છે. જો હું બીમાર ન પડ્યો હોત, તો મારું ઑપરેશન પણ ક્યારેય ન થયું હોત... અને જો ઑપરેશન ન થયું હોત, તો મેં કલમ પણ ન ઉપાડી હોત! જો કલમ ન ઉપાડી હોત, તો આટઆટલાં પુસ્તકોના માધ્યમથી આપ સૌ સનાતન ધર્મપ્રેમી ભાઈઓ-બહેનો સુધી ધર્મગ્રંથોનો સાર પહોંચાડવાનો અવસર પણ ક્યારેય ન મળ્યો હોત!

આ વાંચીને ઘણા બધા વાચકોને એવું લાગી શકે કે સાધકને પોતાના ધ્યેય સુધી પહોંચાડવા માટે ઈશ્વર આટલો દુષ્કર અને પીડાદાયી માર્ગ શા માટે પસંદ કરે? પોતાના સંતાનને ઝાઝું દુઃખ પહોંચાડ્યા વગર પણ આ કાર્ય થઈ જ શકે ને? જવાબ છે, ના. ભગવદ્‌ગીતાથી માંડીને દરેક ધર્મશાસ્ત્રો આદિકાળથી કર્મ ઉપર ભાર મૂકતા આવ્યા છે. પ્રકૃતિ હંમેશાંથી કર્મને આધીન રહી છે. સામાન્ય દુન્યવી જગતમાં જોવા મળતાં માતા-સંતાનના સંબંધની સરખામણીએ જગદંબા અને બ્રહ્માંડના દરેક આત્મા વચ્ચેનો સંબંધ માત્ર લાગણીશીલતા ઉપર નહીં, પરંતુ કર્મ ઉપર પણ આધાર રાખે છે. આથી એ લેખાજોખાને સંતુલિત કરવા માટે પ્રકૃતિ ભૂતકાળનાં કર્મોને કાપશે જ! અને, આ પ્રક્રિયા દરમિયાન સાધકને તકલીફો થવાની જ છે. પીડા અને દર્દ એ સાધકના

જીવનનાં અભિન્ન અંગો છે, એ સત્ય સ્વીકારીને જ આ માર્ગ ઉપર પ્રયાણ કરવું!

ભૂતકાળમાં થઈ ગયેલાં દરેક સાધકો - મહાનુભાવો પણ આ નિયમમાંથી બાકાત નથી. રામકૃષ્ણ પરમહંસને ગળાનું કેન્સર થયું હતું, મીરાંબાઈને વિષનો પ્યાલો પીવડાવવામાં આવ્યો હતો, નરસિંહ મહેતાને નાતબહાર કરી દેવામાં આવ્યા હતા, વામખેપાને તારાપીઠ પરથી હાંકી કાઢવામાં આવ્યા હતા... આવાં તો અસંખ્ય ઉદાહરણો આપી શકાય એમ છે, તો શું એનો અર્થ એમ કે તેઓ સિદ્ધ નહોતા? વાસ્તવિકતા એ છે કે પરમસત્તા સાથે એકાકાર થવા માટે કર્મોના ફેરામાંથી મુક્ત થવું જરૂરી હોય છે, એટલે જ આ પ્રકારના મહાન સાધકોએ પોતાના જીવનકાળ દરમિયાન અગણિત પીડાનો સામનો કરવો પડ્યો.

રોગની ગાંઠને જડમૂળથી કાઢવા માટે શરીરના એ ભાગ પર સર્જરી થવી જરૂરી છે. આ દરમિયાન દર્દીને પીડાનો સામનો કરવો પડે, એ હકીકત છે; પરંતુ શલ્યચિકિત્સા પછી તેનું શરીર સંપૂર્ણ સ્વસ્થતા પ્રાપ્ત કરી લે છે, એ પણ નરી વાસ્તવિકતા છે. બસ, એવી જ રીતે, વર્ષ ૨૦૧૫-૧૬માં મેં જોયેલી પીડા પછી જીવનના એક નવા સોનેરીકાળનો આરંભ થયો, જેણે મને કટારલેખન તરફ દોર્યો. નાનપણથી વાંચેલાં અઢળક ગુજરાતી-અંગ્રેજી-હિન્દી પુસ્તકો મને મારી લેખનયાત્રામાં આટલી હદે કામ આવશે, એવું તો સ્વપ્નમાં પણ વિચાર્યું નહોતું. વિધાતાના લેખ ઉપર હિંદુ ધર્મ શા માટે આટલો ભાર મૂકે છે, એની પાછળનું કારણ મને આ પ્રસંગે સમજાયું.

પરમશક્તિની સત્તાનો સૌથી મોટો પરચો મને આ ઘટના દરમિયાન મળ્યો. કર્મોના ધૂંધળા કાચ પરથી મેલ હટ્યો, એ પછી જીવનની સાચી દિશા પ્રાપ્ત થઈ. ઈશ્વરીય કૃપા વગર આ સંભવ નથી.

...અને આવું એક-બે વખત નહીં, ઘણી વખત થયું છે. સુદીર્ઘ અને કઠોર સાધના પશ્ચાત્ હું ગંભીર રીતે માંદો પડ્યો હોઉં એવા કિસ્સા પુષ્કળ છે.

આથી, હું વારંવાર કહેતો હોઉં છું કે, ઈશ્વર જ્યારે સાધકની પરીક્ષા લેતો હોય, ત્યારે નિરાશ કે દુ:ખી થવાને બદલે એ પરિસ્થિતિ સામે ઝઝૂમી લેવાનું! કારણ કે વાવાઝોડું કે વંટોળિયો શાંત થયા પછી જ્યારે તમે દૂર નજર કરશો, ત્યારે ઈશ્વરે નિર્ધારિત કરેલી એક સાવ નવી કેડી ઉપર પથરાયેલાં સુગંધી પુષ્પો તમારી રાહ જોતાં હશે.

ૐ

૫

અતિગંભીર અકસ્માત દરમિયાન મળેલી ઈશ્વરીય સહાય!

માણસને શા માટે 'પ્રાણી' તરીકે વર્ગીકૃત કરવામાં આવે છે, એનું કારણ મને વર્ષ ૨૦૧૭માં સમજાયું. જીવનમાં સુખનો સમય ચાલતો હોય ત્યારે મોટેભાગે આપણે ઈશ્વરને ભૂલી જતાં હોઈએ છીએ. સાંસારિક સંપદા અને ઐશ્વર્યનું આવરણ આંખ આડે આવી જાય છે, જે માણસને પરમસત્તાની સન્મુખ આવતાં રોકે છે.

શિવને 'પશુપતિનાથ' કહેવાયા છે. 'પશુ' એટલે એવા જીવો, જેમની ચેતનાનું સ્તર એક નિશ્ચિત સીમારેખા સુધી જ સીમિત છે. આમ તો, તેને કૂવાના દેડકા પણ કહી શકાય; જે પોતાની ચોક્કસ પરિધિમાંથી બહાર નથી નીકળવા માગતા! માણસ એકમાત્ર એવો પશુ છે, જેને ઈશ્વરે ચેતનાના સર્વોચ્ચ સ્તર સુધી પહોંચવાની સત્તા અને ક્ષમતા આપી છે. આમ છતાં, ૯૯ ટકા મનુષ્યો ભૌતિક સંસારમાં રચ્યાપચ્યા રહીને આ તક ગુમાવી બેસે છે. જ્યાં સુધીમાં એમને અક્કલ આવે, ત્યાં સુધીમાં તો મોડું થઈ ચૂક્યું હોય છે. સ્ટેશન પાછળ છૂટી ગયું હોય છે અને જીવનરૂપી રેલગાડી તેના અંતિમ ગંતવ્ય - મૃત્યુ - સુધી પહોંચવાની તૈયારીમાં હોય છે. સારી જિંદગી જીવવા માટે પૈસા જરૂરી છે અને એ માટે જો મનુષ્ય યુવાનીકાળથી જ આકરો સંઘર્ષ કરતો હોય, તો પછી આ માનવફેરાને સફળ બનાવવા માટે આપણે કેમ યુવાનીકાળથી ભક્તિ અને સાધનાનો માર્ગ નથી અપનાવી શકતા? વૃદ્ધાવસ્થામાં હાથ-પગ કામ કરતાં અટકી જાય, ત્યારે જ ઈશ્વરનું સ્મરણ કરવાનો શું ફાયદો? આને ભક્તિ નહીં, 'ટાઇમ-પાસ'ની શ્રેણીમાં ખપાવી શકાય. અરે, વાસ્તવિક ભક્તિ તો ત્યારે કરી કહેવાય જ્યારે શરીરમાં જોમ હોય અને આંખોમાં જીવનભરનાં શમણાં!

આ વાસ્તવિકતાથી હું પણ એક સમયે અજાણ હતો. વર્ષ ૨૦૧૬ના જાન્યુઆરી મહિનામાં મારી શારીરિક આધિ-વ્યાધિ-ઉપાધિમાંથી બહાર આવ્યા પછી હું કારકિર્દી બનાવવામાં વ્યસ્ત થઈ ગયો. ભક્તિ કોરાણે રહી ગઈ. ઇલેક્ટ્રિકલ એન્જિનિયરિંગનું

ભણતર પૂરું થવાને આરે હતું અને હું મુંબઈ શિફ્ટ થવાની તૈયારી કરવા માંડ્યો હતો. મારી કલમ ચાલવા માંડી હતી, ગુજરાતનાં જાણીતાં દૈનિકોમાં હું લેખો લખવા માંડ્યો હતો; આમ છતાં, મનના એક ખૂણે હજુ પણ મુંબઈ જઈને ટેલિવિઝન અને ફિલ્મોમાં નસીબ અજમાવવાની ઇચ્છા પ્રબળ હતી.

વર્ષ ૨૦૧૬થી વર્ષ ૨૦૧૭ના જૂન મહિના સુધી એટલે કે દોઢ વર્ષ સુધી મેં એક પણ અનુષ્ઠાન કે સાધના ન કરી. કારણ? ખબર નથી. કદાચ નવી જગ્યા, નવી કારકિર્દી, નવા લોકો સાથે તાલમેલ બેસાડવામાં જ મોટાભાગનો સમય વીત્યો, એવું હું માનું છું. અલબત્ત, આવું કહીને હું મારા મનને ઠાલું આશ્વાસન જ આપું છું. આવું બહાનું આપીને હું એ હકીકત પ્રત્યે 'આંખ આડા કાન' ન કરી શકું કે ઈશ્વર પ્રત્યે હું કૃતઘ્ની થઈ ચૂક્યો હતો. આમ છતાં, છોરું કછોરું થાય... માવતર કમાવતર નહીં!

कुपुत्रो जायेत् क्वचिदपि कुमाता न भवति ॥

મુંબઈ શિફ્ટ થયાને બે-ત્રણ મહિના પસાર થઈ ચૂક્યા હોવા છતાં મારી પાસે કોઈ કામ નહોતું. લેખનમાંથી જે થોડા ઘણા પૈસા આવી રહ્યા હતા, એના ઉપર જ હું મારા દિવસો પસાર કરી રહ્યો હતો. જે હેતુ માટે માયાનગરીમાં પગ મૂક્યો હતો, એ પૂર્ણ નહોતો થઈ રહ્યો. (આજે જ્યારે પાછું વળીને જોઉં છું, ત્યારે સમજાય છે કે મારું ગંતવ્ય એ હતું જ નહીં... અને, કદાચ એટલે જ, મુંબઈએ મને ખૂબ સંઘર્ષ કરાવ્યો!)

આમ છતાં, સવાર પડ્યે હું ઓડિશન આપવા નીકળી પડતો અને રાતે છેક ઘરે આવતો. આ દરમિયાન જાણીતા ગુજરાતી દિગ્દર્શક ધર્મેશ મહેતાની ફિલ્મ 'પપ્પા, તમને નહીં સમજાય' રીલિઝ થવા જઈ રહી હતી. સૌરાષ્ટ્રના અગ્રગણ્ય સાંધ્ય દૈનિક 'સાંજ સમાચાર'ના તંત્રી કરણ પી. શાહની આ ફિલ્મ સાથે મીડિયા

પાર્ટનર તરીકે જોડાયું હતું. આથી, તેના પ્રમોશનની જવાબદારી મને સોંપવામાં આવી. વળી, મુંબઈમાં હોવાને નાતે ફિલ્મના કલાકાર અને કસબીઓ સાથે મુલાકાત પણ સરળ હતી. આ દરમિયાન જ મારી મુલાકાત 'તારક મહેતા કા ઉલ્ટા ચશ્મા' ફેમ ટપુ - ભવ્ય ગાંધી - સાથે થઈ. પ્રોફેશનલ કારણોસર શરૂ થયેલો એ સંબંધ ધીરે ધીરે ભાઈચારામાં પરિવર્તિત થઈ ગયો.

ધર્મેશ મહેતા નિયમિતપણે એમની આવનારી ફિલ્મ અંગેના મારા લેખો વાંચતા અને જરૂરી સૂચનો આપતા. બાદમાં એમને મારા મુંબઈ આવવા પાછળના ખરા કારણની જાણ થઈ. એ સમયે તેઓ શ્રીમદ્ રાજચંદ્રજીના જીવન પર એક ગુજરાતી નાટક - 'અહો, રાજચંદ્ર! એક ચૈતન્ય મહાસાગર' - બનાવી રહ્યા હતા, જેના દિગ્દર્શક હતા, એકતા કપૂર માટે બે દાયકા સુધી સિરિયલો અને ફિલ્મો લખનારા જાણીતા લેખક રાજેશ જોષી.

બાન્દ્રા-કુર્લા કૉમ્પ્લેક્સ - બી.કે.સી.માં મારું ઓડિશન લેવામાં આવ્યું. મને કશી જ જાણ નહોતી કે પાત્ર કયું છે અથવા મને નાટકમાં કઈ જવાબદારી સોંપવામાં આવશે. શ્રીમદ્ રાજચંદ્રજીની સમાધિ રાજકોટમાં અને એમનું જન્મસ્થળ રાજકોટના મોરબી નજીકનું વવાણિયા ગામ! સૌરાષ્ટ્ર પ્રદેશ સાથે એમનો આટલો ગાઢ સંબંધ રહ્યો હતો, એની જાણ તો મને બહુ પછીથી થઈ.

ઓડિશન બાદ રાજેશ જોષી અને ધર્મેશ મહેતાએ સંયુક્ત રીતે એવો નિર્ણય લીધો કે મને ૧૬ વર્ષના કિશોર શ્રીમદ્ રાજચંદ્રજીનું પાત્ર સોંપવામાં આવે.

આટલી મહાન વિભૂતિ અને તપસ્વી સંતના પાત્રને ન્યાય આપવું એ મારા માટે કદાચ સૌથી મોટો પડકાર હતો, પરંતુ આજે સમજાય છે કે મારા અંતરાત્મામાં જે ભક્તિસાગર હિલોળા લેતો હતો, એણે જ મને આ પાત્ર ભજવવા યોગ્ય બનાવ્યો હોવો જોઈએ! કદાચ એ જ મારી એકમાત્ર લાયકાત હશે.

લગભગ બે-અઢી મહિના સુધી તડામાર તૈયારીઓ ચાલી. સવારથી શરૂ થતી રિહર્સલ્સ છેક રાત સુધી ચાલતી. સવારના નાસ્તાથી શરૂ કરીને રાતનું ભોજન રિહર્સલમાં જ થતું. જૈનોની ખાણીપીણી અને રહેણીકરણી મને હંમેશાંથી માફક આવી છે. મને પણ ડુંગળી-લસણનો મોહ ક્યારેય નથી રહ્યો. ભૂલથી પણ જો ક્યારેક ડુંગળી-લસણ ખવાઈ જાય, તો મારો આખો દિવસ અસ્તવ્યસ્ત થઈ જાય. એવામાં, મુંબઈમાં મને અહીંયાં એટલું શુદ્ધ અને સાત્ત્વિક ભોજન જમવા મળ્યું કે ન પૂછો વાત! કૃપાળુદેવ રાજચંદ્રજીના આશીર્વાદ જ સ્તો વળી! એ ભોજનનો સ્વાદ હજુ પણ મને યાદ છે.

મોટાભાગના લોકોના મનમાં એવી ભ્રમણા હોય છે કે ગમે એટલી ભક્તિ કરવા છતાં તેઓ ઈશ્વર સુધી નથી પહોંચી શકતા! સત્ય આનાથી એકદમ વિપરીત છે. ભગવાન તો ખરેખર એ પ્રતીક્ષામાં જ હોય છે કે તેઓ ક્યારે એમના સંતાનની સમક્ષ આવીને એમને દર્શન આપે. ભક્તિ કે સાધના વાસ્તવમાં ઈશ્વરને પ્રસન્ન કરવા માટે નહીં, પરંતુ આપણા મનમાં છવાયેલાં અંધકારને દૂર કરવા માટે હોય છે; જેથી સાધક ઈશ્વરની ઉપસ્થિતિનો અનુભવ કરી શકે. ભગવાન પોતાના ભક્તની સન્મુખ આવીને ઊભા રહી જાય; પરંતુ સાધકનું ચિત્ત, મન અને શરીર જ જો અશુદ્ધ હોય તો તે ઈશ્વરનો સાક્ષાત્કાર કેવી રીતે કરી શકશે?

અતઃ હવે પછી જ્યારે પણ પૂજા-આરાધના, સાધના અથવા ભજન કરવા બેસો, ત્યારે એ સમરણ રહે કે આ બધું તમે ઈશ્વરને પ્રસન્ન કરવા માટે નથી કરી રહ્યા. આ કર્મકાંડ અને ક્રિયાઓ એટલે થઈ રહી છે, જેથી શરીરરૂપી પાત્ર શુદ્ધાતિશુદ્ધ બને. હૃદયમાં બિરાજમાન ઈશ્વર તમારી સન્મુખ આવીને વાત્સલ્યપૂર્ણ ગોષ્ઠિ કરી શકે, એ માટે ચિત્તનો ચળકાટ આવશ્યક છે.

રાજચંદ્રજીના પાત્રએ મારા થંભી ગયેલા આધ્યાત્મિક જીવનને

વેગવાન બનાવ્યું. એમનું પાત્ર ભજવતાં ભજવતાં હું અનાયાસે જ એમની દિવ્યવાણી અને સત્સંગનો લાભ લઈ રહ્યો હતો, એ સત્ય મને પાછળથી અનુભવાયું. રિહર્સલ દરમિયાન ઘણી વખત ભાવવિભોર થઈને હું ધ્રૂસકે ને ધ્રૂસકે રડી પડ્યો હોઉં, એવાં ઉદાહરણો છે. શ્રીમદ્ રાજચંદ્રજીની છત્રછાયા મેં એ દિવસોમાં સતત અનુભવી હતી, એ હકીકત છે.

૩૪ વર્ષની આયુમાં સંસારને ભક્તિનો વાસ્તવિક મહિમા સમજાવીને પરમાત્મા સાથે લીન થઈ ચૂકેલા શ્રીમદ્ રાજચંદ્રજીનું એ નાટક ૭ નવેમ્બર, ૨૦૧૭ના રોજ વલસાડ જિલ્લાના ધરમપુર ખાતે ભવ્યાતિભવ્ય રીતે ભજવાયું, જેમાં કુલ ૩૦૦ કલાકારોએ અભિનયનો અજવાસ પાથર્યો હતો. એ દિવસોમાં જ કૃપાળુદેવની ૩૪ ફૂટ ઊંચી વિશાળ પ્રતિમાનું અનાવરણ રાકેશભાઈ ઝવેરી (બાપા) દ્વારા કરવામાં આવ્યું હતું, જેનો લ્હાવો અમે સૌએ લીધો હતો.

માણસ સામાન્યતઃ એવા ભ્રમમાં રાચતો હોય છે કે તે ઈશ્વરની સેવા કરે છે! જ્યારે મૂળ રહસ્ય એ છે કે ભગવાન જ વિવિધ માધ્યમો થકી અલગ અલગ પરિસ્થિતિઓમાં ભક્ત પાસે પોતાની સેવા કરાવતો રહે છે. શ્રીમદ્ રાજચંદ્રજીએ મને એમની સેવા કરવાનો અવસર આપ્યો, એ માટે હું હંમેશાં હૃદયપૂર્વક આભારી રહીશ. એ દિવસોમાં અનુભવાયેલી પવિત્રતા, અલૌકિકતા અને દિવ્યતાનું વર્ણન કરવા માટે મને શબ્દો હંમેશાં ઓછા પડે છે.

આ મહોદધિમાં તરબોળ થવા માટે મમ્મી-પપ્પા પણ ધરમપુર આવ્યાં હતાં. એમની સાથે જ ૮મી નવેમ્બરે હું રાજકોટ પરત ફર્યો, કારણ કે ૧૧મી નવેમ્બરના રોજ મારાં બહેન-બનેવી ધરા અને નીરવ ઠાકર વર્ષો બાદ પહેલી વખત અમેરિકાથી ભારત પરત ફરવાનાં હતાં. આથી, એમને અમદાવાદ એરપૉર્ટ પર સરપ્રાઇઝ આપવા જવાનું અમે આયોજન કર્યું હતું.

૧૧મી તારીખે સવારે લગભગ દસ-અગિયાર વાગ્યાની

આસપાસ પપ્પાએ ગાડીનું સ્ટિયરિંગ સંભાળ્યું. સામાન્ય ગતિએ અમે અમદાવાદ તરફ આગળ વધી રહ્યા હતા. રસ્તામાં એચ.એફ.એમ. રેસ્ટોરન્ટમાં લંચ માટે રોકાવાનું થયું, જ્યાં અમે બ્રેડ-બટર, ઢોકળાં, ગાંઠિયા અને ચાનો હળવો નાસ્તો કર્યો.

બપોરે અઢી વાગ્યાની આસપાસ અમારી સફર ફરી શરૂ થઈ. છ વાગ્યા સુધીમાં અમદાવાદ પહોંચી જઈશું, એ નિશ્ચિત હતું. બહેન-બનેવીનો આવવાનો સમય આમ પણ સાંજે આઠેક વાગ્યાનો હોવાથી અમે સમય કરતા વહેલાં જ પહોંચવાનાં હતાં.

શિયાળાનો શીતળ વાયરો બપોરે જરાક વધારે જ પસંદ આવી રહ્યો હતો. ચામડી ઉપર પડતો તાપ અમને દઝાડવાને બદલે મીઠી હૂંફ આપવાનું કામ કરી રહ્યો હતો. લીંબડી તરફ જતાં રસ્તાની ડાબી બાજુએ ગાડી એની ગતિએ આગળ વધી રહી હતી. આકાશવાણી રેડિયો પર કદાચ કોઈક કાર્યક્રમ ચાલી રહ્યો હતો. પાછલી સીટ ઉપર મમ્મીની આંખોમાં ઘેન વર્તાતું હતું. હું અને પપ્પા અમારી ધૂનમાં વાતો કરી રહ્યા હતા.

ધડામ...

...અને, અચાનક મેં એક જોરદાર થડકો અનુભવ્યો!

આ અવાજને મગજ હજુ તો પ્રોસેસ કરીને પ્રતિક્રિયા આપે, એ પહેલાં જ બીજી વખત ગાડીની પાછળ કંઈક ધડાકાભેર અથડાયું.

સ્ટિયરિંગ પરથી કંટ્રોલ જતો રહ્યો અને અમારી ગાડી હવામાં ત્રણ ફૂટ અધ્ધર ઊછળીને મોટા ધમાકા સાથે રસ્તાની નીચે ઊતરી ગઈ. એ બાજુ મોટાં મોટાં ખેતરો વચ્ચે નીંદણ ઊગી નીકળ્યું હતું અને વેગને કારણે ગાડી રોકાવાનું નામ નહોતી લઈ રહી. છેવટે વીજળીના એક જાડા થાંભલા સાથે કાર ટકરાઈ અને અમે સૌ બેહોશ થઈ ગયાં.

સૌથી પહેલાં કદાચ હું ભાનમાં આવ્યો હોઈશ. ઝાટકાભેર ગરદન ફેરવીને મેં પપ્પા સામે નજર કરી. બાજુની સીટ ઉપર જ

તેઓ બેઠા હોવાને કારણે સ્વાભાવિક રીતે મારું ધ્યાન પહેલાવહેલા એમની તરફ જ જવાનું હતું. તેઓ હજુ પણ બેભાન હતા. એમના માથા પરથી લોહી વહી રહ્યું હતું. મને ધ્રાસ્કો પડ્યો.

'પપ્પા...' મેં રીતસરની ચીસ પાડી, પરંતુ ગળામાંથી અવાજ બહાર જ ન નીકળ્યો.

એટલામાં, પાછળની સીટ ઉપર મમ્મીનો કણસવાનો અવાજ સંભળાયો. એમના નાકમાંથી લોહીની ધારા વહી રહી હતી. પોતાનું માથું પકડીને એ ભાનમાં આવવાના પ્રયત્નો કરી રહી હતી.

મારું મગજ સુન્ન પડી ગયું. એવું લાગતું હતું જાણે હું કોઈ દુઃસ્વપ્ન જોઈ રહ્યો છું. મેં મારા હાથ-પગ પર નજર કરી. બધું ધૂંધળું દેખાઈ રહ્યું હતું. કલ્પના અને વાસ્તવિકતા વચ્ચેની ભેદરેખા જાણે ઝાંખી પડી ગઈ હતી. વિસ્ફારિત આંખે અને ધડકતા હૈયે મેં જરાક હલબલવાનો પ્રયત્ન કર્યો, પરંતુ ગાડીનું છાપરું નીચે સુધી ધસી ગયું હોવાને કારણે હું વધારે ઊંચો ન થઈ શક્યો. પોણા બે વર્ષ પહેલાં થયેલાં કમરના ઑપરેશનનાં એ દૃશ્યો મારી નજર સામે પૂરપાટ ધસી આવ્યાં! જે પ્રકારની અમારી હાલત હતી, એ જોઈને તો એવું જ લાગતું હતું કે બીજી વખત સર્જરી નક્કી છે!

આશ્ચર્યની વાત એ હતી કે મને શરીરમાં ક્યાંય પીડા નહોતી થઈ રહી. હાથ-પગ પણ ઠીકઠાક કામ કરી રહ્યા હતા. ઈજા તો દૂરની વાત છે, મને તો આખા શરીર ઉપર ક્યાંય લોહીનો ટશિયો પણ નહોતો ફૂટ્યો!

અભાનપણે જ, ઘડીના છઠ્ઠા ભાગમાં મારા મગજે આ આકલન કરી લીધું.

મેં પપ્પાને સહેજ હલબલાવ્યા. એમણે અતિશય દર્દ સાથે કણસતા કણસતા પોતાની આંખો ખોલી. એમના ડોળા ચકળવકળ થઈ રહ્યા હતા. તેમણે ઘડીભર સાવ શૂન્યમનસ્ક ભાવે મારી સામે

જોયું. એ નજરમાં ડોકાતો ભાવ જોઈને મારા હૃદયનાં પાટિયાં બેસી ગયાં.

ક્યાંક મગજ પર તો ઈજા નહીં થઈ હોય ને?

મારા મગજમાં તમામ પ્રકારના અપશુકનિયાળ વિચારો ઘોડાવેગે દોડવા માંડ્યા.

'ભટ્ટસાહેબ...' મમ્મીએ લોહી નીતરતા નાક સાથે પપ્પાને ઢંઢોળ્યા, 'તમે ઠીક છો?'

પપ્પાએ ધીમેથી માથું ધુણાવ્યું, પરંતુ એ આશ્વાસન કરતાં ચિંતા પેદા કરનારી સ્થિતિ હતી.

'પરખ...' મમ્મીએ ત્રુટક સ્વરે પૂછ્યું, 'આ શું બની ગયું?'

મારી પાસે કોઈ જવાબ નહોતો. મને તો હજુ પણ એવું લાગતું હતું જાણે હમણાં મારી ઊંઘ પૂરી થશે અને હું આ સ્વપ્નમાંથી બહાર આવી જઈશ!

એક-બે મિનિટ એ જ સ્થિતિમાં અમે બેઠાં રહ્યાં. વાસ્તવમાં અમે સ્તબ્ધ હતાં. ધીરે ધીરે રોડ ઉપર ભીડ એકઠી થવા માંડી. અમારી ગાડી ખેતરમાં ઊતરી ગઈ હોવાને લીધે મુખ્ય રસ્તાથી અમે લગભગ વીસેક ફૂટ દૂર એક ખાડામાં ફંગોળાયાં હતાં.

મેં દરવાજો ખોલવાની કોશિશ કરી, પણ દરવાજાએ મચક ન આપી. આમ છતાં, શરીરમાં હતું એટલું બળ ખર્ચીને મેં દરવાજાને ધક્કો માર્યો. આખો દરવાજો કારની અંદર ઘૂસી ગયો હોવાને કારણે તે સાવ વળી ગયો હતો. એની અંદરનું પતરું પણ બહાર નીકળી આવ્યું હતું.

જેવો મેં દરવાજાને હડસેલો માર્યો કે રસ્તા ઉપર ઊભેલાં લોકોએ બૂમાબૂમ કરી મૂકી. અમારી ગાડી અને રસ્તા વચ્ચે ખાસ્સું અંતર હોવાને કારણે શરૂઆતમાં તો તેઓ શું કહેવાનો પ્રયત્ન કરી રહ્યા છે, એની મને જાણ ન થઈ. આમ પણ, મારું મગજ બહેર મારી ચૂક્યું હતું.

મેં ઇશારો કરીને એમને થોડું મોટેથી સાદ પાડવા વિનંતી કરી.

ભીડમાંથી એક જુવાનિયો આગળ આવ્યો અને એણે મોટેથી ચીસ પાડતા કહ્યું, 'ગાડીની બહાર ન નીકળતાં. દરવાજાથી એક ફૂટના અંતરે પાણીના ખાબોચિયામાં વીજળીનો જીવતો તાર પડ્યો છે!'

આ સાંભળીને મારા શરીરમાંથી ભયનું લખલખું પસાર થઈ ગયું. જો મેં બહાર પગ મૂકી દીધો હોત, તો મારી સાથોસાથ મમ્મી અને પપ્પાના શરીર પણ ભડથું થઈ ચૂક્યા હોત અને આખી ગાડી કદાચ અત્યારે ધડાકાભેર અગનગોળો બની ગઈ હોત!

'અમે ઓથોરિટીને જાણ કરી દીધી છે...' પેલા જુવાનિયાએ ફરી સાદ પાડ્યો, 'ગણતરીની મિનિટોમાં આ વિસ્તારની વીજળી કાપી નાંખવામાં આવશે.'

મેં ફફડતા હૈયે એમની સામે જોઈને માથું ધુણાવ્યું.

આ બાજુ, પપ્પાની હાલત બગડતી જતી હતી. એમનો એક હાથ ખભેથી ખરી પડ્યો હોય એવું લાગતું હતું. એમાં કોઈ હલનચલન નહોતું. ખભાથી શરૂ કરીને કોણીના ભાગ વચ્ચે સોજો આવવાની શરૂઆત થઈ ચૂકી હતી. મારી ચિંતાનો પાર નહોતો. મમ્મીને નાકમાંથી થઈ રહેલો રક્તસ્રાવ સંભવતઃ એના મગજમાં થયેલી ઈજાને કારણે પણ હોઈ શકે, એ શક્યતા મારા ધ્યાનમાં હતી.

થોડી મિનિટો બાદ વીજળીનો તાર નિર્જીવ થતાંની સાથે જ રોડ ઉપર ઊભેલાં પરગજુ વટેમાર્ગુઓ દોડીને અમારી કાર પાસે આવ્યા. એમણે લાંબી લાકડી વડે તારને ખાબોચિયાંમાંથી હટાવી, અમારી કારનો દરવાજો ખોલ્યો. અમારી ડોક નીચી કરીને, કારના તળિયાં સાથે સહેજ ઘસાતાં ઘસાતાં હું અને મમ્મી તો બહાર આવી ગયા, પણ પપ્પા એમ ન કરી શક્યા. તેઓ જરાક પણ ઝૂકવા જાય, ત્યાં એમના હોઠ પરથી તીણી ચીસ નીકળી જતી હતી.

ત્યાં ઊભેલાં લોકોએ એકદમ કાળજીપૂર્વક એમને કારમાંથી બહાર આવવા માટે મદદ કરી. લથડાતા પગે ચાલીને અમે ત્રણેય રોડ સુધી પહોંચ્યા. ઍમ્બ્યુલન્સને ફોન કરી દેવામાં આવ્યો હોવાથી અમારે ત્યાં પાંચ-દસ મિનિટ રાહ જોવી પડે એમ હતી. મમ્મીના નાકમાંથી લોહી સાફ કરવામાં આવ્યું અને પપ્પાને માથાના ભાગે થયેલી ઈજા ઉપર ઠંડું પાણી રેડીને પ્રાથમિક પાટાપિંડી કરવામાં આવી.

આટલું કર્યા પછી મેં કમરને સ્ટ્રેચ કરી, થોડી શારીરિક કસરતો કરી જોઈ, જેથી મણકાના ભાગે કોઈ ઈજા થઈ હોય તો ખ્યાલ આવી જાય... પરંતુ બિલકુલ દર્દ નહોતું.

રસ્તા ઉપર ઊભા ઊભા જ મેં કાર સામે નજર કરી. વ્હાઇટ આઈ-ટેન કારનો ફુરચો બોલી ગયો હતો. એનું છાપરું અને બંને બાજુના દરવાજા અંદરની તરફ ધસી ચૂક્યા હતા. તૂટી ગયેલાં વિન્ડો-ગ્લાસની કરચો કારની અંદર અને બહાર વિખરાયેલી હતી. હાલત જોતાં તો એવું જ લાગે કે અંદર બેઠેલી એક પણ વ્યક્તિ જીવિત નહીં બચી હોય!

રસ્તા ઉપર ઊભેલા લોકો પણ આશ્ચર્યચકિત નજરે અમારી સામે ટગર ટગર તાકી રહ્યા હતા.

'અકસ્માત થયો કેવી રીતે?' એક અજાણ્યા બહેને પ્રશ્ન પૂછ્યો.

'મને કંઈ જ નથી ખબર!' મેં નખાઈ ગયેલા સ્વરે કહ્યું, 'એક ક્ષણની અંદર જ એટલું બધું બની ગયું કે જોવા-જાણવાનો સમય જ ન મળ્યો.'

સાચે એવું જ હતું! અમારી ગાડી જ્યારે ધડાકાભેર ઊછળીને ખેતરમાં જઈ ચડી હતી, ત્યારે મેં મારા મૃત્યુને અનુભવી લીધું હતું. એ એક સેકન્ડમાં જ ૨૨ વર્ષની મારી જિંદગી સિનેમારીલની માફક નજર સામે ફરી વળી હતી. માની મમતા, પિતાનું વાત્સલ્ય

અને ઈશ્વરની કૃપા પરત્વે કૃતજ્ઞતા વ્યક્ત કરીને મેં મારી આંખો બંધ કરી દીધી હતી. મનોમન એવું ધારી લીધું હતું કે મારા આ ભવનાં અન્નજળ હવે પૂરાં થયાં અને એ વેળા, હોઠ પરથી બસ એક જ મંત્ર સરી પડ્યો હતો,

ॐ श्रीमात्रे नमः ॥

મૃત્યુના દ્વાર સુધી પહોંચીને અમે પરત ફર્યાં હતાં.

'મેં જોઈ હતી આ ઘટના!' ભીડમાં સહેજ દૂર ઊભેલા એક સજ્જને નજીક આવીને કહ્યું, 'તમારી કારની બરાબર પાછળ પૂરપાટ વેગે એક આઈસર ટ્રક આવી રહ્યો હતો, જેણે તમારી કારને ટક્કર મારી. પહેલી ટક્કર પછી તેણે બ્રેક તો લગાવી, પરંતુ એ આઈસરની પાછળ આવી રહેલા લોડેડ ટ્રકનો ડ્રાઇવર તાત્કાલિક બ્રેક ન મારી શક્યો અને તેનો ટ્રક આઈસર સાથે પાછળથી અથડાયો. આ કારણોસર તમારી કારને બીજી ટક્કર વાગી અને એ ખેતરમાં ઊતરી ગઈ.'

હવે મને આખી ઘટના સમજાઈ.

'ગનીમત માનો ભાઈ કે તમે હંધાય બચી ગ્યા...' કાઠિયાવાડ બાજુના એક માણસે ચિંતાતુર અવાજે કહ્યું, 'હું દરરોજ આ રસ્તા ઉપર રાજકોટ-અમદાવાદના ટેક્સીના ફેરા કરું છું. પાછલા એક મહિનામાં આ જગ્યા ઉપર કુલ સાત વ્યક્તિઓનાં મોત થ્યાં છે! તમારી ગાડીની આ હાલત જોઈને કોઈ ન ક્યે કે આમાંથી કોઈ જીવતું બચ્યું હયશે. મા મેલડીના આશીર્વાદ કેવાય!'

એમની વાત સાંભળ્યા પછી મને સમજાયું કે અહીંના સ્થાનિક લોકો કેમ આશ્ચર્યચકિત થઈને અમારી સામે જોઈ રહ્યા હતા... જાણે કોઈ ભૂત ન જોઈ લીધું હોય!

એટલામાં, ઍમ્બ્યુલન્સ આવી અને અમને નજીકની સિવિલ હૉસ્પિટલમાં લઈ ગઈ.

મમ્મીને મગજમાં કોઈ જ ઈજા નહોતી થઈ. નાકના ભાગે એમને સામાન્ય રક્તસ્રાવ થયો હોવાનું નિદાન થયું; પણ પપ્પાના હાથમાં ફૉર-પાર્ટ ફ્રેક્ચર આવ્યું; જેનું ઑપરેશન થયા પછી આજે તેઓ એકદમ સ્વસ્થ જીવન જીવી રહ્યા છે. વર્ષના ચારેક મહિના તેઓ અમેરિકામાં રહેતી પોતાની પૌત્રી - નવ્યા - પાસે આંટો મારી આવે છે અને બાકીનો સમય સરસ મજાની વેબસીરિઝ અને ફિલ્મો જોઈને પોતાના નિવૃત્તિકાળનો આનંદ ઉઠાવે છે. સવારે એમને સૂર્ય-નમસ્કાર કરતા જોઈને કોઈ એવું ન કહી શકે કે એમના એક હાથમાં મોટી પ્લેટ બેસાડવામાં આવી હશે!

...અને હું?

એ અકસ્માતમાં અમારી સહાય કરનારી એ દિવ્ય મહાશક્તિનો આભાર માનતાં માનતાં આ પુસ્તક હું આપના સુધી પહોંચાડવામાં કાર્યરત છું.

અમારું જીવિત હોવું એ સાબિતી છે, જગદંબિકાના અસ્તિત્વની!

...કારણ કે, ૧૧ નવેમ્બર ૨૦૧૭ના રોજ મમ્મી-પપ્પાના લગ્નની ૨૮મી વર્ષગાંઠ પણ હતી!

આ ક્ષણે, ફરી વખત મારા સર્વપ્રથમ ગુરુ - દિવંગત રવિ કાકાના શબ્દો સ્મૃતિપટલ ઉપર તરી આવ્યા છે :

'જગદીશ્વરી મહાત્રિપુરસુંદરી હંમેશાં રક્ષાકવચ બનીને તારી આસપાસ વિદ્યમાન રહેશે! જગદંબા અર્પણમસ્તુ.'

ૐ

મધ્યાંતર

અઘોરેશ્વરના સાંનિધ્યમાં...

૬

તંત્રશાસ્ત્ર : બ્રહ્માંડઊર્જા પ્રાપ્ત કરવાની માર્ગદર્શિકા!

વિજ્ઞાન સાબિત કરી ચૂક્યું છે કે સૃષ્ટિના સર્જનકાળે જ્યારે બિગ-બેંગ થયો ત્યારે મહાઊર્જાના ફક્ત એક બિંદુમાંથી પ્રચંડ વિસ્ફોટ થયો અને બ્રહ્માંડ અસ્તિત્વમાં આવ્યું. આધુનિક વિજ્ઞાન હજુ સુધી એ નથી જાણી શક્યું કે સૃષ્ટિના સર્જન માટે જવાબદાર મહાઊર્જા કયા દ્રવ્યની બનેલી છે! પરંતુ ભારતના સનાતન ધર્મ પાસે આનો ઉત્તર છે. 'યોગતંત્ર' જણાવે છે, "શિવ શબ્દમાં જે હ્રસ્વ છે, તે શક્તિ છે; જેના વગર શિવ પણ શવ અર્થાત્ શબ છે!"

બ્રહ્માંડમાં પ્રવર્તમાન આ અજ્ઞાત મહાશક્તિને તંત્રશાસ્ત્રના દૃષ્ટિકોણથી સરળ રીતે વ્યાખ્યાયિત કરવી હોય તો એવું કહી શકાય કે, પદાર્થમાં હાજર સ્થૂળઊર્જા (Static Energy) એ શિવ છે અને તેને વેગમાં લાવનાર ગતિઊર્જા (Kinetic Energy) વાસ્તવમાં મહાશક્તિ છે. જેવી રીતે કોઈ પદાર્થને ગતિમાન કરવા માટે બાહ્યબળ આપવું જરૂરી છે, એવી જ રીતે આ સૃષ્ટિને જન્મ આપવા માટે પણ મહાશક્તિ આવશ્યક છે. આ પ્રચંડ બ્રહ્માંડઊર્જાને હસ્તગત કરવાની ટેક્નોલૉજી છે, તંત્રસાધના! જે તાંત્રિકો, માંત્રિકો, અઘોરીઓ તેમજ અન્ય સાધકો દ્વારા કરવામાં આવે છે.

શ્રીલલિતાસહસ્રનામમાં આ બ્રહ્માંડઊર્જાને 'ઇચ્છાશક્તિ, જ્ઞાનશક્તિ અને ક્રિયાશક્તિ' તરીકે સંબોધિત કરવામાં આવી છે. વિચાર કરી જુઓ. કોઈ પણ કાર્ય કરવા માટે સર્વપ્રથમ મનમાં ઇચ્છા પેદા થવી જરૂરી છે, ત્યારબાદ એ કાર્ય કરવા માટે જરૂરી જ્ઞાનની આવશ્યકતા પડે છે અને તત્પશ્ચાત્ એ કાર્યને પૂર્ણ કરવા માટે ક્રિયા કરવી પડે છે!

આ પ્રત્યેક ઉદાહરણો માનવજાતને જે મહત્ત્વની બાબત સમજાવવાનું કામ કરે છે, એ છે : જીવનમાં પ્રકૃતિસ્વરૂપા અર્થાત્ સ્ત્રીશક્તિની આવશ્યકતા! બીજી બાજુ, તંત્રનો આધાર જ શક્તિપૂજા છે.

તંત્રોક્ત રાત્રિસૂક્તમ્ જણાવે છે,

कालरात्रिर्महारात्रिर्मोहरात्रिश्च दारुणा ।
त्वं श्रीस्त्वमीश्वरी त्वं ह्रींस्त्वं बुद्धिर्बोधलक्षणा ॥

જેનો અર્થ છે, "હે દેવી, તું જ કાળરાત્રિ, મોહરાત્રિ, મહારાત્રિ અને દારુણરાત્રિ છો! તું જ ઈશ્વરી છો અને તું જ શ્રી (ઐશ્વર્યસ્વરૂપ બીજમંત્ર) તેમજ હ્રીં (માયાસ્વરૂપ બીજમંત્ર) છો! હે મહાશક્તિ, તું જ બોધસ્વરૂપા પણ છો."

બોધ લેવા જેવી વાત એ છે કે તંત્રનું નામ સાંભળીને ભાગવાને બદલે એના ઊંડાણમાં ઊતરવાનો પ્રયત્ન થવો જોઈએ. મનુષ્યને એ જ વસ્તુનો ડર લાગે છે, જે અજ્ઞાત છે! જ્યાં જ્ઞાનનો પ્રકાશ પથરાય, ત્યાંથી ભયરૂપી અંધકાર અવશ્ય દૂર થાય છે.

દાયકાઓ પહેલા રાજસ્થાનના જોધપુરમાં ડૉ. નારાયણદત્ત શ્રીમાળી (સ્વામી નિખિલેશ્વરાનંદ) નામના મહાજ્ઞાની ઉપાસક થઈ ગયા, જેમણે પ્રખર સાધના થકી ભારતની એવી તાંત્રિક વિદ્યાઓ અને સિદ્ધિઓ પ્રાપ્ત કરી હતી, જે લુપ્ત થવા આવી હતી. સમાજના ઉત્થાન માટે જરૂરી આ સિદ્ધિઓને એમણે મૃત્યુ પહેલાં ભારતના જુદા જુદા સિદ્ધોને અર્પણ કરી હોવાની માન્યતા છે, જે સદ્ભાવના સાથે લોકકલ્યાણના કાર્યોમાં તેનો ઉપયોગ કરી રહ્યા છે.

એવી જ રીતે, વર્તમાન સમયમાં શ્રીવિદ્યાના સિદ્ધ ઉપાસક ઓમ સ્વામી વિશે એવું કહેવાય છે હિમાલયની કંદરાઓમાં જઈને કઠોર સાધના કર્યા બાદ એમની પાસે કેટલીક વિશેષ દૈવીશક્તિ છે, જેનો ઉપયોગ તેઓ લોકકલ્યાણ અને સનાતન ધર્મના પ્રચાર-પ્રસાર માટે કરી રહ્યા છે. તેઓ તાંત્રિક અને માંત્રિક બંને છે, આમ છતાં એમના સાંનિધ્યમાં ભયની નહીં, પરંતુ વહાલ-હૂંફ-આસ્થાની અનુભૂતિ થાય છે.

કમનસીબી એ છે કે તંત્રવિજ્ઞાનનું નામ પડતાંની સાથે જ લોકોના માનસપટ પર દારૂ, માંસ અને સમાગમની છબી ઊપસી આવે છે. મોટાભાગના માણસોને એ નથી ખબર કે તંત્રના કુલ

છ પ્રકાર છે : દક્ષિણાચાર તંત્ર, વામાચાર તંત્ર, કૌલાચાર તંત્ર, મિશ્રાચાર તંત્ર, સમયાચાર તંત્ર અને દિવ્યાચાર તંત્ર.

દક્ષિણાચાર તંત્રમાં તો સંપૂર્ણપણે સાત્ત્વિક પદાર્થો અર્થાત્ ફળ, ફૂલ, કંકુ, ચોખા, હળદર, નારિયેળ વગેરેનો ઉપયોગ થાય છે. આ પ્રકારના તંત્રમાં દારૂ, માંસ કે તાંત્રિક સેક્સને કોઈ સ્થાન નથી.

પરંપરાઓનું અનુસરણ થવું જ જોઈએ, પરંતુ તેની પાછળ છુપાયેલું વિજ્ઞાન સમજ્યા વગર નહીં! સનાતન ધર્મ અત્યંત તાર્કિક અને માર્મિક છે. તેના ઊંડાણમાં ઊતરવા માટે વિચારધારા અને દૃષ્ટિકોણ બંનેની ક્ષિતિજનો વિસ્તાર થવો નિતાંત આવશ્યક છે.

ૐ

૭

...અને, ત્યારે એક સામાન્ય કઠિયારા સમક્ષ સ્વયં મહાકાળી પ્રગટ થયાં!

આપણે સૌ જાણે-અજાણે કોઈ પણ મંત્ર સ્વીકારીને તેનો જાપ કરવા લાગીએ છીએ, પરંતુ મંત્ર પસંદ કરતાં પહેલાં શાસ્ત્રોમાં અપાયેલી એક ખાસ પ્રક્રિયામાંથી પસાર થવું પડે છે, એ અંગે લોકો સાવ અજાણ હોય છે. જેમ કિડની-ટ્રાન્સપ્લાન્ટ કે હાર્ટ-ટ્રાન્સપ્લાન્ટ કરતાં પહેલાં રીસિવરના શરીર સાથે ડોનરનું અંગ મેળ ખાય છે કે નહીં એ ચકાસવું જરૂરી છે, એવી જ રીતે મંત્રજાપ કરતાં પહેલાં સાધકને તેનું ફળ મળશે કે નહીં એ ચકાસી લેવું જરૂરી છે. નહીંતર હજારો જન્મો સુધીની પ્રતીક્ષા કર્યા બાદ કદાચ મંત્રસિદ્ધિ પ્રાપ્ત થાય એ શક્ય છે!

તામસી ઊર્જાના પરમ ઉપાસક એવા એક સિદ્ધ તાંત્રિકે પોતાની આખી જિંદગી મહાકાળીને આહ્‌વાન આપવામાં પસાર કરી. સ્મશાનતારા, બગલામુખી, ધુમાવતી, છિન્નમસ્તા અને મહાકાળી જેવાં શક્તિનાં પ્રચંડ સ્વરૂપોને જાગૃત કરવા માટે આમ પણ ઘણું ધૈર્ય અને હામ જોઈએ! એ તાંત્રિકે દાયકાઓ સુધી લાગલગાટ મહાકાળીની ઉપાસના કરી, પરંતુ મા પ્રસન્ન નહોતી થઈ રહી. છેવટે અમાસની કાળમુખી ભેંકાર રાતે તેણે 'શવ-સાધના' આરંભી.

કાચીપોચી વ્યક્તિના તો હૃદયના પાટિયાં જ બેસી જાય એવી આ જટિલ સાધનામાં શબની છાતી ઉપર બેસીને આરાધ્યદેવીના મંત્રોનું ઉચ્ચારણ કરવાનું હોય છે. લાવારિસ કહી શકાય એવી એક લાશને બળદગાડામાં નાંખીને તાંત્રિક દ્વારા સ્મશાન સુધી લાવવામાં આવી. કોઈક અગોચર શક્તિએ આખા શરીરમાંથી લોહી ચૂસી લીધું હોય એવું, સફેદ બિહામણું અને ઠંડાગાર શબ! જકડાઈ ગયેલા મુખને બળપૂર્વક સહેજ ખોલીને તાંત્રિકે એમાં ઘીનો દીવો પ્રગટાવ્યો અને પોતાની બાકીની તૈયારીઓ આટોપી.

આ બધું બની રહ્યું હતું, ત્યારે એક કઠિયારો સ્મશાનના ઝાડ ઉપર ચઢીને સમગ્ર દૃશ્ય પોતાની સગી આંખે નિહાળી રહ્યો હતો. લાકડાં કાપવાનું પૂરું કર્યું, ત્યાં સુધીમાં સાંજ પડી ગઈ હોવાને

લીધે તેણે વહેલી સવાર સુધી ઝાડ પર જ આરામ ફરમાવવાનું નક્કી કર્યું હતું. વળી, ઝૂંપડી પણ એટલી દૂર કે સાંજે ચાલવાનું શરૂ કરે, તો ઓછામાં ઓછા ત્રણેક કલાક પહોંચતાં થાય.

શબની સાથે તાંત્રિક વિધિ થતી જોઈને એ બાપડો બહુ જ ગભરાઈ ગયો. પોતાની હાજરીનો ખ્યાલ તાંત્રિકને ન આવે એ માટે તેણે પોતાના શ્વાસોચ્છ્વાસ પર પણ નિયંત્રણ મેળવી લીધું હતું. શબના મુખમાં દીવો મૂક્યા બાદ તાંત્રિક તદ્દન નિર્વસ્ત્ર થઈને મડદાંની છાતી પર બેસી ગયો. બંને હાથની હથેળી વડે કેટલીક વિશિષ્ટ હસ્તમુદ્રા ધારણ કર્યા બાદ ન્યાસવિધિનો આરંભ થયો. ૪૦-૪૫ મિનિટ બાદ મહાકાળીને આહ્વાન આપવા માટેના મુખ્ય મંત્રોચ્ચાર તેણે તીવ્રતા સાથે શરૂ કર્યા.

અમાસની કાળીડિબાંગ રાત્રિ, આજુબાજુમાંથી આવતા નિશાચરોના ભયાનક અવાજ, વૃક્ષના જીર્ણ થઈ ગયેલાં પાંદડાંનો ફરફર સ્વર અને શિયાળાની શીતલહેર વચ્ચે આ ભયજનક દૃશ્ય જોઈને કઠિયારાની હાલત વધુ ખરાબ થઈ ગઈ. શબની આંખોના ડોળા જાણે તેને જ તાકી રહ્યા હોય, એવો આભાસ થઈ રહ્યો હતો. પિશાચી શક્તિની હાજરી ત્યાં સ્પષ્ટપણે અનુભવી શકાતી હતી.

...અચાનક જ, અંધકારમાંથી પ્રગટ થયેલો કાળરાત્રિ સમો દીપડો તાંત્રિક પર ત્રાટક્યો. તેના આખા શરીરને દીપડાએ ચૂંથી કાઢ્યું! અને ઘડીના છઠ્ઠા ભાગમાં પોતાનું ભોજન પડતું મૂકીને રહસ્યમય રીતે ઝાડી-ઝાંખરાંમાં ગાયબ પણ થઈ ગયો! વીજળીની ઝડપે બનેલી આ ઘટના કઠિયારા માટે તો આંચકા સમાન હતી. તેને ખબર જ ન પડી કે બે ક્ષણોની અંદર તેની નજર સામે આ શું બની ગયું! પોતે વર્ષોથી અહીં લાકડાં કાપવા આવતો હોવા છતાં આજ સુધી તેણે ક્યારેય દીપડાને નહોતો જોયો, તો પછી અત્યારે એ ક્યાંથી પ્રગટ થયો?

મનમાં અનેક શંકા અને સવાલો સાથે તે થોડી વાર પછી

ઝાડ પરથી નીચે ઊતર્યો. હળવા પગલે શબ પાસે પહોંચીને જોયું તો તાંત્રિકની આંખોના ડોળા બહાર નીકળી ગયા હતા. દીપડાએ વિકૃત રીતે તેનું મોં ફાડી ખાધું હતું. કીડી-મંકોડા અને સૂક્ષ્મજીવોની જયાફત શરૂ થઈ ચૂકી હતી!

કઠિયારાએ આજુબાજુ નજર કરી. સ્મશાનવત્ શાંતિ! ભૂત રૂએ ભેંકાર! કોણ જાણે તેનામાં અચાનક ક્યાંથી હિંમત આવી અને તે શબની છાતી ઉપર બેસી ગયો! મડદાંના મુખમાં પ્રજ્વલિત દીવો હવે તેના મનમાં ભય પેદા નહોતો કરતો. પોતે વર્ષોથી સાધના કરતો હોય એમ એણે આંખો બંધ કરીને મંત્રજાપ શરૂ કર્યો! હા, મહાકાળીનો એ જ મંત્રજાપ, જેનું ઉચ્ચારણ થોડી ક્ષણો પહેલાં તાંત્રિક કરી રહ્યો હતો!

આશ્ચર્યની વાત તો એ હતી કે જીવન દરમિયાન તેણે કોઈ ગુરુ નહોતા બનાવ્યા કે ન તો કોઈ મંત્રની દીક્ષા લીધેલ! આમ છતાં, તાંત્રિક દ્વારા ઉચ્ચારવામાં આવેલો મંત્ર તેને પોતીકો લાગ્યો હતો. મંત્રની ઊર્જા, કંપન અને અસરોને તે વૃક્ષ પર બેઠાં બેઠાં અનુભવી ચૂક્યો હતો. અને એટલે જ, મૃત તાંત્રિકની રુદ્રાક્ષની માળા લઈને ઊંચા સ્વર અને તીવ્રતા સાથે તેણે શુદ્ધ મંત્રોચ્ચાર શરૂ કર્યા.

હજુ તો માંડ સાત વખત તેણે મંત્રજાપ કર્યો હશે, ત્યાં સાક્ષાત્ મહાકાળીનું ઉગ્ર સ્વરૂપ તેની સામે પ્રગટ થયું. કઠિયારો થીજી ગયો! તેના શરીરમાંથી લખલખું પસાર થઈ ગયું અને હૃદય બંધ પડતાં પડતાં રહી ગયું.

...ઉગ્ર છતાં સૌમ્ય, રૌદ્ર છતાં માયાળુ અને ભયાવહ છતાં અતિસુંદર એવા મહાકાળીનું પ્રાગટ્ય! ખુલ્લા વિખરાયેલા વાળ, મોંમાંથી બહાર ડોકાતાં બે રાક્ષસી દાંત અને રક્તપાન કરી ચૂકેલી લાલચટક જિહ્વા, આખેઆખી કાળરાત્રિ જાણે નેત્રોમાં જ સમાઈ ચૂકી હોય એવી વિશાળકાય શ્યામ કીકીઓ અને એક હાથમાં માંસના લોચા સાથે લટકતી લોહિયાળ ખોપરી! અન્ય બે હાથોમાં

દાતરડું અને મદિરા... ચોથો હાથ આશીર્વાદ આપતી મુદ્રામાં.

'હું પ્રસન્ન થઈ, પુત્ર...' સૃષ્ટિના સર્જનકાળ સમયે પડઘાયેલાં ઘેરા નાદ સાથે દેવીએ પૂછ્યું, 'તારે શું જોઈએ છે?'

કઠિયારાના મોંમાંથી એક અક્ષર ન નીકળ્યો. તેને સહસા ભાન થયું કે જો મહાકાળીએ પ્રગટ થયા બાદ તેની સામે હેતાળ સ્મિત ન કર્યું હોત તો અત્યાર સુધીમાં કદાચ તે છળી મર્યો હોત!

'હે સૃષ્ટિવિનાશિની આદિ મહામાયા, તમારા મહાકાળી અવતારને હું ભાવપૂર્વક વંદન કરું છું.' કોઈક અજાણી શક્તિ જાણે પોતાને વાચા આપી રહી હોય એવો દિવ્ય અનુભવ કઠિયારાને થઈ રહ્યો હતો, 'પાછલા એક પ્રહરથી આ તાંત્રિક તમારી ઘોર ઉપાસના કરી રહ્યો હતો એમ છતાં તમે એના પ્રાણ ન બચાવ્યા... અને મેં ફક્ત સાત વખત મંત્રજાપ કર્યો ને તમે સાક્ષાત્ દર્શન આપ્યાં! મારી મૂઢ મતિને આપની આ અકળ લીલા પાછળનો તર્ક ન સમજાયો.'

'એક પ્રહર?' દેવીએ મમતાસભર અટ્ટહાસ્ય કર્યું, 'મારો એ ઉપાસક તો મને પાછલાં છ જન્મોથી આહ્‌વાન આપી રહ્યો છે!'

આ સાંભળીને કઠિયારો વધુ મૂંઝાઈ ગયો.

'હજુ એનો સમય નથી આવ્યો!' દેવીએ ફરી કહ્યું, 'પણ હા, એના આવતા જન્મમાં એ ચોક્કસપણે મારો સાક્ષાત્કાર પામશે. જ્યારે તું તો પાછલાં હજારો વર્ષથી મારી ઘોર સાધનામાં પ્રવૃત્ત આત્મા છે! ગયા જન્મમાં મારો સાક્ષાત્કાર પામવાને આડે ફક્ત સાત મંત્રોચ્ચાર બાકી હતા, એ વેળા જ તારું મૃત્યુ નીપજ્યું હતું. એ વખતે હજારો વર્ષોથી એકત્રિત થયેલી તારી મંત્રઊર્જાના ભાથામાં એટલી ક્ષમતા હતી કે હવે તું ફક્ત સાત વખત મારા મંત્રનો જાપ કરે, તો મારે ફરજિયાતપણે તારી સમક્ષ ઉપસ્થિત થવું પડે! માગ... જે જોઈએ એ માગ, પુત્ર!'

અને, કઠિયારાનું મસ્તક નમસ્કાર મુદ્રામાં ઝૂકી ગયું.

જીવનમાં યોગ્ય મંત્રની પસંદગીનું શું મહત્ત્વ છે, એ સમજાવતી

વેળા પરમ ઉપાસક ઓમ સ્વામી પોતાના અંગ્રેજી પુસ્તક 'ધ એન્શિયન્ટ સાયન્સ ઑફ મંત્ર' અને પ્રખ્યાત લેખક રૉબર્ટ સ્વબોધાએ એમના અંગ્રેજી પુસ્તક 'અઘોરા'માં આ કિસ્સો ટાંક્યો છે.

ॐ

૮

'રૂમ નં - ૫૦૨'માંથી થયેલા ફોનનું રહસ્ય!

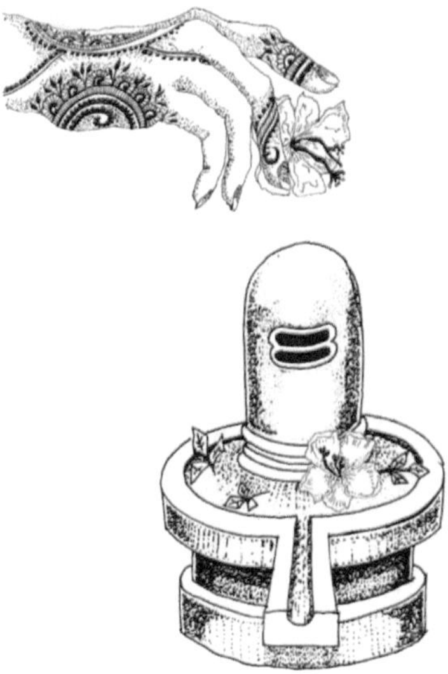

કાશી... પૂર્ણ શ્રદ્ધા સાથે થયેલું નામોચ્ચારણ પણ આંખોમાંથી ભક્તિનો મહોદધિ છલકાવી દે, એટલું પવિત્ર અને પૌરાણિક શહેર. ૧૨ વર્ષની નાની ઉંમરે મારા જીવનના સર્વપ્રથમ ગુરુએ મને શાક્તપંથની દીક્ષા આપી, એ વેળા એમણે કાશીદર્શનનો મહિમા મને જણાવ્યો હતો. પરંતુ ત્યારબાદ ૧૫-૧૬ વર્ષના વહાણાં વીતી ગયા હોવા છતાં ક્યારેય વિશ્વનાથ બાબાનો આદેશ ન થયો. નાનપણમાં સમજના અભાવે અને મોટા થયા બાદ સમયના અભાવે કાશીના ભક્તિરસનું પાન ન થઈ શક્યું, પણ છેવટે અચાનક, સાવ અનાયાસે બાબાનું આમંત્રણ મળ્યું અને મોક્ષપ્રાપ્તિનાં દ્વાર સમા ઊર્જાવાન સ્થાન વારાણસીએ વર્ષ ૨૦૨૨માં મને પોતાના ખોળામાં બોલાવી લીધો.

આછા પીળા પ્રકાશથી ઝળહળી રહેલાં, સહેજ સાંકડા કહી શકાય એવા કૉરિડોરને વટાવીને હું મારા ઓરડા તરફ આગળ વધી રહ્યો હતો. અગિયાર વાગતામાં એકદમ શાંત થઈ ગયેલું વારાણસી ઊંઘમાં સરી પડ્યું હતું. ભાગીરથી ગંગાનો વહાલસોયો-મમતાસભર હાથ પોતાનાં સંતાનો પર ફરી રહ્યો હોય, એમ આખું શહેર મીઠાંમધુરાં સ્વપ્નો જોઈ રહ્યું હતું. દિવસ આખાનો થાક હવે મારી આંખોમાં દેખાવા માંડ્યો હતો. સહેજ ઊપસી ગયેલાં પોપચાં અને આંખની નીચે થઈ ગયેલાં કાળા કુંડાળાં સૂચિત કરતાં હતાં કે મારા શરીરને આરામની જરૂર હતી.

નગવા-લંકાની ત્રણ-સિતારા હોટેલ સર્વેશ્વરીના પાંચમા ફ્લૉર પર આવેલા મારા ડિલક્સ-રૂમ ૫૦૨ને કી-કાર્ડ વડે ખોલીને તરત જ મેં કિંગ-સાઇઝ બેડ પર ઝંપલાવ્યું. રવિવારે સાંજે પાંચ વાગ્યે કાશી પહોંચાડનારી ફ્લાઇટ ખૂબ મોડી પડીને અંતે આઠેક વાગ્યે એરપૉર્ટ પર લૅન્ડ થઈ હતી! હું અને મારી મિત્ર ડૉ. પ્રિયંકા જસાણી એરપૉર્ટમાંથી બહાર નીકળીને 'ઓલા ટેક્સી' કરીએ, ત્યાં સુધીમાં તો નવ વાગી ગયા.

બનારસ હિન્દુ યુનિવર્સિટી (BHU) ખાતે માસ્ટર્સ (આયુર્વેદ)નો અભ્યાસ કરી રહેલી મારી પ્રિય મિત્ર પ્રિયંકા જસાણી સાથેની તસવીર

વારાણસીના એક ઘાટ ઉપર મધરાતે કરેલી
શક્તિસાધના વખતે ક્લિક થયેલો ફોટો

આયુર્વેદમાં માસ્ટર્સ કરવા કાશી આવી પહોંચેલી પ્રિયંકાનું એડ્મિશન ભારતની સૌથી નામાંકિત વિદ્યાપીઠોમાંની એક એવા ‘કાશી હિન્દુ વિશ્વવિદ્યાલય’માં થયું હતું. તેને હોસ્ટેલ પર મૂકવા જવાની હતી. મોડી રાતે ‘બનારસ હિન્દુ યુનિવર્સિટી’ની હોસ્ટેલમાં પ્રિયંકાને છોડ્યા બાદ હું મારી હોટેલ પર પહોંચ્યો ત્યારે અગિયાર વાગવામાં ગણતરીની મિનિટો બાકી હતી.

ચેક-ઇન, આઇડેન્ટિટી વેરિફિકેશન સહિતની પ્રક્રિયા પૂર્ણ થયા બાદ હું પાંચમા માળે મારા કમરામાં આવીને જેવો પલંગ પર લાંબો થયો કે તરત નિદ્રાદેવીનું પ્રભુત્વ સ્થપાવાનું શરૂ થયું, પરંતુ એકદમ ઊંઘમાં સરી પડું એ પહેલાં જ ઊભો થઈને મારી લગેજ-બેગમાંથી ટ્રેક-પેન્ટ અને ટી-શર્ટ તથા પલંગ પર પડેલાં હોટેલના બે ટૉવેલ પૈકીનો એક ટૉવેલ ઉઠાવી હું વૉશરૂમ ભણી રવાના થયો. ઠંડાબોળ શાવર નીચે ઊભા રહીને સારું લાગ્યું અને ઝટપટ ખંખોળિયું ખાઈને ફરી પલંગ પર આવીને સૂતો. ત્યાં સુધીમાં લગભગ સાડા અગિયાર વાગી ચૂક્યા હતા.

મોબાઇલમાં સવા વાગ્યાનો એલાર્મ મૂકીને હું આડો પડ્યો. રાજકોટથી અમદાવાદની પાંચ કલાકની સફર અને ત્યારબાદ અમદાવાદથી વારાણસી સુધીની લાંબી સફરનો થાક એમ કંઈ બે કલાકની ઊંઘમાં ઊતરી જાય એવી શક્યતા નહોતી. પરંતુ શિવને પ્રિય સોમવારની મંગલા આરતી હું કોઈ સંજોગોમાં ચૂકવા નહોતો માંગતો. કાશી વિશ્વનાથના શરણમાં આવ્યા હોઈએ અને સોમવાર ચૂકી જઈએ એ તો કેમ ચાલે? સૂતાં પહેલાં એક વખત સવાર માટે જરૂરી સરસામાન અને ચીજવસ્તુઓ એની જગ્યાએ છે કે કેમ એની ચકાસણી કરી લીધી. કાશી વિશ્વનાથની પ્રાતઃ આરતીમાં પહોંચવું હોય તો અઢી વાગ્યે કતારમાં ઊભું રહી જવું પડે, ત્યારે છેક સાડા ત્રણ વાગ્યે દર્શનનો વારો આવે! સોમવારની ભીડ તો વળી અલગ! એટલે જ, મેં સાવચેતી ખાતર ૧:૧૫, ૧:૧૮, ૧:૨૦,

૧:૨૨ અને ૧:30 વાગ્યાના એમ કુલ પાંચ ઍલાર્મ મૂકી રાખ્યા હતા જેથી ન કરે નારાયણ ને કદાચ એકાદ ઍલાર્મમાં ઊંઘ ન ઊડે તો અન્ય ઍલાર્મથી તો ઊડી જ જાય!

પણ ધાર્યું તો આખરે ધણીનું જ થાય! પાંચેપાંચ ઍલાર્મ એક પછી એક વાગીને બંધ થઈ ગયા અને મારી આંખમાં ચડેલું ઊંઘનું ઝેર ન ઊતર્યું! હું ગાઢ નિદ્રામાં પોઢી ચૂક્યો હતો... એટલી ગાઢ કે કદાચ કોઈ ઢોલ-નગારાં વગાડે તો પણ બે ઘડી માટે મને કંઈ ફર્ક ન પડે!

'ટિંગ ટોંગ...' ડોરબેલનો ધીમો અવાજ મારા કાને અથડાયો. હું તંદ્રામાં હતો અને શરીર જવાબ દઈ ચૂક્યું હતું. થોડી મિનિટો પસાર થઈ હશે અને કોઈકે જોરજોરથી દરવાજો પીટવાની શરૂઆત કરી!

ઊંઘરેટા ચહેરા સાથે ઊભા થઈને મેં લગભગ તંદ્રાવસ્થામાં જ દરવાજો ખોલ્યો. સામે હાઉસકિપિંગ-સ્ટાફનો માણસ ઊભો હતો.

'સર... આ તમારો ટૉવેલ!' તે ફાંકડું અંગ્રેજી બોલી રહ્યો હતો.

'પણ મેં તો કોઈ ટૉવેલ મંગાવ્યો જ નથી!' હું હજુ પણ ઘેનમાં હતો, 'અને હું જાગતો જ ન હોઉં, તો તમને ફોન કોણ કરે?'

'સર, બે મિનિટ પહેલાં જ તો તમે રિસેપ્શન પર ફોન કરીને ટૉવેલ મંગાવ્યો!' તેણે વિનમ્ર સ્વરે કહ્યું.

હું સફાળો ભાનમાં આવી ગયો! આંખમાંથી ઊંઘની એકઝાટકે વિદાય થઈ ગઈ. તરત મેં પલંગ પર નજર કરી અને પેલા જુવાનિયાને ઇશારો કરતા કહ્યું, 'ભાઈ, જો આ રહ્યો મારો ટૉવેલ... મેં રાતે જ તૈયારી કરી લીધી...'

અને, હું બોલતાં-બોલતાં અટકી ગયો. અચાનક પાછળ ફરીને ઘડિયાળમાં સમય તપાસ્યો. વહેલી સવારના પોણા બે વાગી રહ્યા હતા!

'સર... તમે રિસેપ્શન પર આવીને અમારા ફોનની તપાસ

કરી શકો છો! રૂમ નંબર ૫૦૨માંથી જ અમને કૉલ આવ્યો હતો.'

મારું મગજ ઘડીભર સુન્ન પડી ગયું. મને સમજ નહોતી પડી રહી કે આ શું થઈ રહ્યું છે! તાર્કિક મગજ મારા સવાલોના જવાબ શોધવાનો પ્રયત્ન કરી રહ્યું હતું, પરંતુ સુષુપ્ત મગજને ખબર જ હતી કે ઉત્તરો મળવાના નથી! શિવની નગરી કાશીએ પહેલાં જ દિવસે પોતાની અગોચર લીલા દેખાડવાની શરૂઆત કરી દીધી હતી. કાશીનો કોટવાળ - કાળભૈરવ - પોતે જાણે ધૂણી ધખાવીને સઘળા તંત્ર અને સમયની ગતિ મને સમજાવી રહ્યો હતો.

એ પછી તો હાઉસકિપિંગ-સ્ટાફ પાસેથી તરત ટૉવેલ લઈ, એનો આભાર માનીને મેં દરવાજો બંધ કર્યો. એ બિચારો છેક સુધી વિચારી રહ્યો હશે કે કોઈક વિચિત્ર પ્રાણી એમની હોટેલમાં રોકાયું છે!

સવા બે વાગ્યા સુધીમાં તૈયાર થઈ, ધોતી-ઝભ્ભો પહેરીને હું રિસેપ્શન પર આવી ગયો અને ફોનની તપાસ પણ કરી!

હા... એ ફોન 'રૂમ નંબર ૫૦૨'માંથી જ આવ્યો હતો!

૩૩ કોટિ દેવતાઓ, ૬૪ યોગિનીઓ, અસંખ્ય નિત્યાઓના આ નગરમાં મૃત્યુ અને જીવન એકસાથે ધબકે છે. દેવાધિદેવના ત્રિશૂળ પર જેને સ્થાન મળ્યું છે, એવી કાશીનગરીમાં અષ્ટ-ભૈરવ આઠ અલગ-અલગ દિશાઓમાંથી તેનું રક્ષણ કરે છે. આ અષ્ટક્ષેત્રપાળ - રુદ્રભૈરવ, ચંદ્રભૈરવ, ક્રોધભૈરવ, ઉન્મત્તભૈરવ, કપાલીભૈરવ, ભીષણભૈરવ, સંહારભૈરવ અને અસિતાંગભૈરવ - ના પરિસરમાં પગ મૂકો, ત્યારે સમજાય કે વિધિવત્ રીતે પ્રાણ-પ્રતિષ્ઠિત તામસી-ઊર્જાના પ્રભાવમાં આવ્યા બાદની અનુભૂતિ કેવી હોય! અને છેલ્લે, કાશી તણા કોટવાળ - કાળભૈરવ - માનવદેહનાં સુષુપ્ત ઊર્જાચક્રોને પોતાની ઊર્જાથી ભરી દે છે.

બાબા વિશ્વનાથના દરબારમાં થયેલી અનુભૂતિઓને શબ્દદેહ આપવાનું સામર્થ્ય મારામાં નથી રહ્યું, એટલે હું એ વિશે લખવાનું

ટાળું છું. પાંચ દિવસ સુધી લાગલગાટ કરેલી મંગલા-આરતીનાં કંપનો હજુ પણ અનુભવી રહ્યો છે. પ્રકૃતિ અને પુરુષના દિવ્યદેહ સમા જ્યોતિર્લિંગ પર બિલિપત્ર અર્પણ કરી ચૂકેલી જમણા હાથની તર્જની, અનામિકા, મધ્યમા, કનિષ્ઠા અને અંગુષ્ઠ વાટે હજુ પણ ઊર્જાનો અસ્ખલિત પ્રવાહ વહી રહ્યો છે... ઈડા, પિંગળા અને સુષુમ્ણા નાડીઓ એકાગ્ર ચિત્તે અવિરતપણે 'શિવોહમ્'ના જાપ કરી રહી છે. મૂળાધાર, સ્વાધિષ્ઠાન, અનાહત, મણિપુર, વિશુદ્ધ, આજ્ઞા અને સહસ્રાર ચક્રો અગમ્ય-અગોચર ઊર્જાના પ્રભાવ હેઠળ બ્રહ્મપદાર્થની પ્રાપ્તિનો અનુભવ કરી રહ્યા છે...

મણિકર્ણિકા ઘાટની ચિતાઓનો પ્રચંડ અગ્નિ આંખોમાં પરાવર્તિત થઈને જીવનનું અંતિમ સત્ય ઉજાગર કરી રહ્યો છે. શિવના ભૂતગણના નગ્ન આંખે થયેલાં સાક્ષાત્કારને લીધે દુન્યવી વાસ્તવિકતા - માયા - નાં પરિમાણો બદલાઈ ચૂક્યાં છે. દુર્ગા અને લલિતા ઘાટ પર મધ્યરાત્રિ તેમજ બ્રહ્મમુહૂર્તમાં મેં કરેલાં દેવી-અનુષ્ઠાન ભૌતિક અસ્તિત્વના વિલિનીકરણની ક્રિયા આરંભી ચૂક્યા છે...

આરતી દરમિયાન આંતરમન શિવ અને શક્તિની આ તેજોમય ભૂમિમાં વિલીન થતું રહ્યું. પંચમહાભૂતથી બનેલો દેહ નિરંતર પંચાક્ષરી 'નમામિ ગંગે'નો જાપ કરી રહ્યો હતો. ભાગીરથીમાં તરબોળ થઈને રોમેરોમ રાજા ભગીરથ માટે કૃતજ્ઞતા વ્યક્ત કરી રહ્યું હતું. આધુનિક છતાં અત્યંત પૌરાણિક, મલિન છતાં એકદમ નિર્મળ અને દૂષિત છતાં સદાય પાવનકારી ગંગાએ મને પોતાની ગોદમાં સમાવી લીધો...

ૐ

૯

ક્રીં કુંડ: અઘોરપીઠનો એક દિવ્યાતિદિવ્ય અનુભવ!

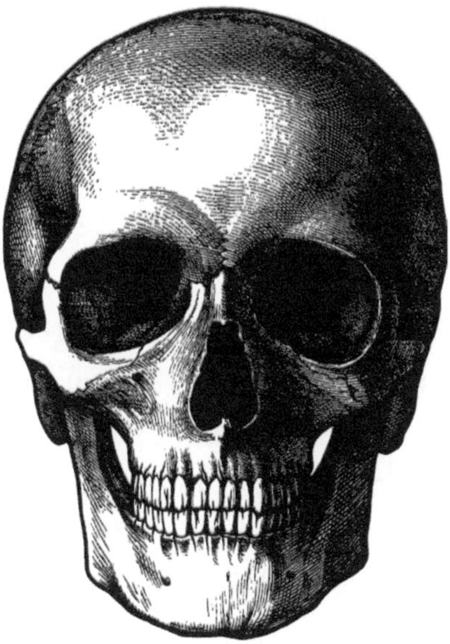

કાશી પહોંચ્યાને ત્રણ દિવસ થયા હતા. પેડલ-રિક્ષામાં બેસીને વિશ્વનાથ બાબાના દરબારમાં જતો હોઉં ત્યારે દરરોજ રાતે સવા બે વાગ્યે રસ્તામાં વિજયચૌરાહા પાસે 'અઘોરપીઠ' ધ્યાનમાં આવે. અંધકારથી આચ્છાદિત રસ્તા ઉપર થોડી ઘણી ચહલપહલ વચ્ચે આશ્રમ તો બંધ હોય, પરંતુ એક અજબ ખેંચાણ સતત અનુભવાય. અઘોરના પ્રતીકરૂપ ચિહ્ન - ઊર્ધ્વત્રિકોણ અને અધોત્રિકોણનું યુગ્મ - સંમોહનવિદ્યા થકી આમંત્રણ આપતું હોય એવી અનુભૂતિ થયા રાખે. બે વખત રસ્તામાં રિક્ષા ઊભી રખાવીને થોડી મિનિટો સુધી એના પ્રવેશદ્વારને અપલક નેત્રે તાકતા રહ્યાનું પણ મને યાદ છે. વળી, પાછું મંદિર અને મંગલા આરતી યાદ આવે એટલે પેડલરિક્ષા ગૌદોલિયા ચોક તરફ દોડવા માંડે.

સૂર્યોદય બાદ વહેલી સવારે પરત ફરતી વેળા પણ આવી જ અનુભૂતિ થાય. ચોથે દિવસે બપોરે ચાર વાગ્યાની આસપાસ હું અઘોરપીઠ પહોંચ્યો હોઈશ. અઘોરપીઠ વાસ્તવમાં બાબા કીનારામની સાધનાસ્થળી છે, જેમનો જન્મ કાશી જનપદસ્થિત ચન્દૌલી જિલ્લાના રામગઢ ગામમાં અકબરસિંહની પત્ની પૂજનીય મનસા દેવીને ત્યાં વિ.સં. ૧૬૮૬ના ભાદરવા મહિનાની અઘોરચતુર્દશીના રોજ થયો હતો. વિ.સં. ૨૦૭૯ પ્રમાણે જોવા જઈએ તો આજથી લગભગ ૪૦૦ વર્ષ પહેલાં! એવું કહેવાય છે કે, જન્મ પશ્ચાત્ એ શિશુએ રુદન નહોતું કર્યું, જેના પરિણામે બ્રહ્મા-વિષ્ણુ-મહેશ સ્વયં સાધુના વેશમાં એમની કુટિરે આશિષ આપવા ગયા હતા અને એ પછી બાળકનું પહેલું રુદન સાંભળવા મળ્યું.

પીઠના પ્રવેશદ્વાર પર કોતરાયેલા 'ક્રીં કુંડ'નું તાત્પર્ય શું છે, એ હજુ સુધી મને ખબર નહોતી, પરંતુ ત્યારબાદ જેટલી ઘટનાઓ મારી જાણમાં આવી, એના ઉપરથી સમજાયું કે પ્રકૃતિ વાસ્તવમાં ચુંબક છે અને તેના આકર્ષણબળ પ્રમાણે વહેવાનું શરૂ કરો એ પછી આપોઆપ જ દિશાભાન આવી જાય. બાબા કીનારામનો

અઘોરાચાર્ય બાબા કીનારામની અઘોરપીઠનું પ્રવેશદ્વાર

અઘોરપીઠની ઇમારત

ગુજરાત અને એમાં પણ ખાસ તો સૌરાષ્ટ્રના જૂનાગઢ સાથે કેટલો ગાઢ સંબંધ છે, એ જાણ્યા પછી જગદમ્બિકાનું મને અઘોરપીઠ તરફ દોરી જવાનું તાત્પર્ય સમજાયું.

અઘોરપંથ સામાજિક દૃષ્ટિએ અલગ અને અંતર્મુખી હોઈ શકે, પણ ખરા સાધક-ઉપાસક માટે અત્યંત ફળદાયી અને નિષ્પાપ હોય છે. દેવીના નિમ્નસ્વરૂપો - કર્ણપિશાચિની, સભામોહિની વગેરે - ની અહીં વાત નથી, કારણ કે એ તો સમાજમાં પોતાનું પ્રભુત્વ સ્થાપિત કરીને મોહાતુર થવાની ઘટના છે! પરાપરરહસ્યને જાણવામાં એમને કોઈ રસ નથી. ગુજરાતમાં આવા કેટલાક લોકોને હું ઓળખું છું... અને કદાચ તમે પણ!

અઘોરના સાર્વભૌમ સિદ્ધાંતને સ્પષ્ટ કરવા માટે 'શિવમહિમ્ન સ્તોત્ર'નો એક અંશ જ પર્યાપ્ત છે:

अघोरान्ना परो मंत्रो नास्ति तत्वम् गुरौः परम् ॥

નાનપણથી અઘોરપંથ અને અધ્યાત્મ તરફ આકર્ષણ ધરાવતા બાબા કીનારામે વેદ-પુરાણો-ગ્રંથોનો અભ્યાસ કર્યો અને પુખ્ત વયે દીક્ષા લીધી. સાધના હેતુ ભગવાન દત્તાત્રેયને પોતાના ગુરુપદે સ્વીકારનાર બાબા કીનારામ જૂનાગઢ પધાર્યા અને સાધનાશિરોમણિ સમાન ગિરનાર પર એમણે મંત્રસાધનાનો આરંભ કર્યો. એવું કહેવાય છે કે, ગુરુ દત્તાત્રેયએ એમને સદેહે દર્શન આપ્યાં હતાં અને સાધનાસિદ્ધિ માટેનું આશ્વાસન પણ!

એ પછી (આજના બલુચિસ્તાન - પાકિસ્તાન જઈને) પાંડવોના કુળદેવી - મા હિંગળાજ - ને એમણે આહ્‌વાન આપ્યું. ભગવતી મહાશક્તિ હિંગળાજ એમનાથી એટલા પ્રસન્ન થયા કે બાબા કીનારામની પાછળ ચાલતાં આવીને કાશીના 'ક્રીં કુંડ'માં સ્થાપિત થયા. કીનારામજીએ વિધિવત્ રીતે એમની 'ક્રીં કુંડ'માં પ્રાણ-પ્રતિષ્ઠા કરી અને હિંગળાજ માતાના સ્થાનકની નજીકના સ્મશાનમાંથી

લાવવામાં આવેલા ચિતાના લાકડાંનો ઉપયોગ કરીને અઘોરપીઠમાં પવિત્ર ધૂણી ધખાવી.

૪૦૦ વર્ષ બાદ આજે પણ અવિરતપણે આ ધૂણી ધખે છે! પવિત્ર કાષ્ઠ ધૂણીમાં પધરાવતાંની સાથે જ એ આપોઆપ પ્રજ્વલિત થઈ ઊઠે છે અને કોઈ ઘી-તેલ વગર દિવસોના દિવસો સુધી એમાંથી જ્વાળા સળગતી રહે છે! દુનિયાનો એકપણ વૈજ્ઞાનિક અઘોરપીઠના આ રહસ્યને હજુ સુધી ઉકેલી શક્યો નથી.

એવું કહેવાય છે કે સમસ્ત વિશ્વમાં ફક્ત બે જ સ્થાનો પર હિંગળાજ માતા બિરાજમાન છે : (૧) પાકિસ્તાનના બલુચિસ્તાનની શક્તિપીઠ, (૨) કાશીના ક્રીં કુંડમાં!

'ક્રીં' એ વાસ્તવમાં મહાકાલી સ્વરૂપા દેવીઓનો બીજમંત્ર છે. બાબા કીનારામના આ સ્થાનકમાં મોટેભાગે શ્રીવિદ્યાના તંત્રઉપાસકો સાથે મુલાકાત થઈ, જે મારી અંગત અનુભૂતિ હોવાથી અહીં આલેખવાનું યોગ્ય નથી જણાતું. એટલું ચોક્કસપણે કહી શકું કે જો તમે શાક્તપંથમાં સક્રિય હો તો, બાબા કીનારામની અઘોરપીઠ તમને પોતાની તરફ અત્યંત તીવ્રતા સાથે ખેંચી લાવશે. તમે એના મોહપાશમાં એવી રીતે બંધાશો કે મુલાકાત લીધા વિના આરામ નહીં મળે. કાશી જવાનું થાય ત્યારે અઘોરપીઠમાં સ્થિત બાબા કીનારામની આરસપહાણની વિશાળ તેજોમય પ્રતિમા સમક્ષ તમારું મસ્તક ન નમે તો કહેજો મને!

મારા વતન સૌરાષ્ટ્ર સાથે બાબા કીનારામનો નાતો છે, એ જાણીને જેટલું મંત્રમુગ્ધ થઈ જવાયું એટલું જ 'ક્રીં કુંડ' અંગે જાણીને પણ! મૃત્યુંજય નવલકથા (ભાગ-૧, મહા-અસુર શ્રેણી)માં 'સૂર્યકુંડ'ની ઘટનાનો ઉલ્લેખ છે. સોમનાથની મુલાકાત લેનાર શ્રદ્ધાળુઓને સૂર્યકુંડની બરાબર બાજુમાં વિદ્યમાન હિંગળાજ માતાના ભૂગર્ભ મંદિર વિશે ખ્યાલ હશે! એવું કહેવાય છે કે પાંડવોએ સૂર્યકુંડમાં સ્નાન કર્યા બાદ એ ભૂગર્ભ-રહેઠાણમાં અજ્ઞાતવાસનો કેટલોક સમય પસાર કર્યો હતો!

અઘોરેશ્વરના સાંનિધ્યમાં

અઘોરેશ્વર બાબા કીનારામની પ્રતિમા

સ્મશાનવૈરાગી શિવ અને એમના અર્ધાંગિની અઘોરકાલી

અઘોરીઓના મહાદેવી અને પરાશક્તિનું આદિ સ્વરૂપ ગણાતાં સર્વેશ્વરી માતા

ભૈરવબાબા

અઘોરપીઠનો હવનકુંડ

શિવ અને શક્તિનાં રૂપક સમા ઊર્ધ્વ અને અધો-ત્રિકોણ

અઘોરપીઠ, વિજય ચૌરાહા, કાશી

અઘોરીઓને સર્વાધિક પ્રિય એવા ખપ્પરની પૂજા

વારાણસીના અઘોરપીઠ ખાતેનો ક્રીં કુંડ, જ્યાં મા હિંગળાજ સાક્ષાત્ બિરાજમાન છે.

અઘોરેશ્વર બાબા કીનારામની સાધનાસ્થળી સમાન એ ધૂણી,
જે આજે પણ અવિરતપણે ધખી રહી છે!

'મહા-અસુર શ્રેણી' મારા માટે ફક્ત પુસ્તકોની હારમાળા નથી, પરંતુ દિવ્ય અનુભવ છે. પ્રત્યેક સ્થાન અને ત્યાં આદરેલું સંશોધન અજાણતાં જ મારી અધ્યાત્મયાત્રાનો પણ એક પડાવ સાબિત થઈ રહ્યું છે, એ સત્ય 'અઘોરપીઠ'ની મુલાકાત પશ્ચાત્ પુરવાર થયું!

ૐ

ઉત્તરાર્ધ

સાધનાના માર્ગે...

१०

ગુરુદીક્ષા: મંત્રજાગરણના પૌરાણિક મર્મની પ્રમુખ ચાવી!

તમે ૨૪ કલાક અને ૩૬૫ દિવસ સંગીતથી ઘેરાયેલા રહો છો એ તમે અનુભવી શકો છો? હા, ક્યારેક એ સંગીત ઘોંઘાટ બની જાય છે, તો ક્યારેક સંવાદ! ક્યારેક કર્ણપ્રિય ધૂન તો ક્યારેક પ્રગાઢ મૌન! એકદમ શાંત અને માનવભીડથી દૂર એવી કોઈક જગ્યાએ જઈને આંખ બંધ કરી જોજો. એ સંપૂર્ણ શાંતિ વચ્ચે પણ કુદરતના ધબકારા સમાન પક્ષીનો કલબલાટ, ઝરણાંનું ખળખળ વહેતું જળ, વૃક્ષો પર કૂદાકૂદ કરતાં વાનરોનો ખખડાટ સંભળાયા વગર નહીં રહે! તમે લાખ કોશિશ કરી લો, પણ પ્રકૃતિના પમરાટ સામે હંમેશાં વામન જ પુરવાર થશો. ઋષિ-મુનિઓએ મહાસર્જનની આ શાશ્વત્તતાને બહુ પહેલાં પારખી લીધી હતી. શબ્દોના ગર્ભમાં છુપાયેલી રહસ્યમય શક્તિને તેઓ આદિકાળમાં જ પિછાણી ચૂક્યા હતા, જેના પરિણામસ્વરૂપ જન્મ્યું... મંત્રવિજ્ઞાન! પોતાના અંગ્રેજી પુસ્તક 'ધ એન્શિયન્ટ સાયન્સ ઑફ મંત્ર'માં શ્રીવિદ્યાના સિદ્ધ ઉપાસક ઓમ સ્વામી લખે છે : "મંત્રવિજ્ઞાનનો પ્રાદુર્ભાવ અકસ્માતે નહોતો થયો. મંત્રયોગ વાસ્તવમાં બ્રહ્માંડઊર્જા સાથેના તમારા સંબંધને મજબૂત બનાવે છે!"

કરમની કઠણાઈ એ છે કે વાણી ઉપર આજકાલ માનવ સંયમ નથી રાખી શકતો! તમારા હોઠ પરથી સરી પડેલો એક શબ્દ પણ જો સામેવાળી વ્યક્તિના ચહેરા પર સ્મિત અથવા ઉશ્કેરાટ લાવવા માટે પૂરતો હોય, તો પછી વિધિવત્ રીતે ઉચ્ચારાયેલા મંત્રોના પ્રભાવ અંગે તમે કલ્પના કરી શકો છો? બીજાક્ષરો - હ્રીં, ક્લીં, ઐં, ધ્રાં, ભ્રાં, ક્રાં, સૌ વગેરે - માટે એવું કહેવાય છે કે સૃષ્ટિની ઉત્પત્તિ વેળા દેવાધિદેવ જ્યારે આનંદતાંડવ કરી રહ્યા હતા, ત્યારે એમના ડમરુમાંથી જે નાદ બ્રહ્માંડમાં પડઘાયો, એ જ બીજમંત્રોના સમન્વયથી અસ્તિત્વમાં આવી - મંત્રસાધનાઓ! આદિગુરુ શિવએ જીવસૃષ્ટિને આ વિજ્ઞાન આપ્યું, ત્યારથી અસ્તિત્વમાં આવી ગુરુ-શિષ્ય પરંપરા!

મંત્રસાધના માટે ગુરુની હાજરી આવશ્યક છે! આ વાત સાચી? જવાબ 'હા' અને 'ના' બંને છે. કઈ રીતે? આ વિશે ઊંડાણમાં ઊતરતાં પહેલાં ગુરુ-શિષ્ય પરંપરા પાછળનું વિજ્ઞાન ચકાસવું જરૂરી છે.

હું એક ઉદાહરણ હંમેશાં આપું છું : 'જો તમારા બાપ-દાદા પાસે અબજો રૂપિયાની સંપત્તિ હોય, તો તમારે જીવનભર સંઘર્ષ કરવાની જરૂરિયાત નહીં રહે. બાળપણમાં પ્રાથમિક શિક્ષણ અને ઉચ્ચતર અભ્યાસ પૂર્ણ કર્યા બાદ સરળતાથી તમે પણ દર મહિને ધરખમ આવક મેળવતા થઈ જશો. પરંતુ જે વ્યક્તિને બે ટંકના ભોજનના પણ સાંસા હોય, એને આપબળે અને લોહી-પરસેવો એક કરીને પોતાનું સામ્રાજ્ય ઊભું કરવાની નોબત આવે છે, જેના માટે વર્ષો લાગી જાય છે!'

બસ, ગુરુ-શિષ્ય પરંપરાનું પણ આવું જ કંઈક છે. સાધક આપબળે મંત્રઊર્જાને જાગૃત કરવાનો પ્રયત્ન કરે છે, ત્યારે તેની સાથે કોઈ સંપ્રદાય જોડાયેલો ન હોવાથી જે-તે મંત્રની અસરો દેખાવામાં સમય લાગે છે. બીજી બાજુ, મંત્રદીક્ષા મેળવી ચૂકેલો સાધક પોતાના સંપ્રદાય સાથે જોડાઈ ગયો હોવાને લીધે તેને પોતાના પૂર્વસૂરિઓની મંત્રમૂડી વારસામાં મળે છે! એક ગુરુ જ્યારે પોતાના શિષ્યના કાનમાં ગોપનીય મંત્ર આપે છે, ત્યારે તે ફક્ત ઉચ્ચારણ નથી કરતો, પરંતુ સાથોસાથ સાધકને પોતાના સંપ્રદાય અર્થાત્ વંશ સાથે જોડવાનું કામ પણ કરે છે.

આનો ફાયદો શું? ધારી લો કે, તમારા બૅન્ક એકાઉન્ટમાં કરોડો રૂપિયાની મૂડી પડી છે, પરંતુ એટીએમ કાર્ડનો પાસવર્ડ ખબર નથી! અકાઉન્ટ તમારું જ છે, એ સાબિત કરવા માટે કોઈ કાયદાકીય કાગળિયાં પણ તમારી પાસે નથી. હવે શું થશે? બૅન્કના ધક્કા ખાઈખાઈને ચપ્પલ ઘસાઈ જશે, પરંતુ એ સંપત્તિ તમારા હાથમાં આવશે કે નહીં એ ચોક્કસપણે ન કહી શકાય.

ગુરુ જ્યારે શિષ્યને પોતાની પરંપરા સાથે જોડે છે, ત્યારે તેને મંત્રરૂપી પાસવર્ડ આપે છે, જેથી સાધક પોતાની મંત્રસાધનાનું ત્વરિત અને ઇચ્છાનુસાર ફળ પ્રાપ્ત કરી શકે!

ૐ

૧૧

ગુરુપદે બિરાજમાન વ્યક્તિ પાસેથી આધ્યાત્મિક ઉન્નતિનો માર્ગ ન મળે ત્યારે?

ગુરુ-શિષ્ય પરંપરાને સનાતન ધર્મમાં શા માટે વિશેષ ગણવામાં આવી છે, એનું એક ઉદાહરણ આપું. ધારો કે, સાધકને નાથ સંપ્રદાયમાં દીક્ષા મળે છે તો તેનો સીધો અર્થ એમ છે કે ૨૧મી સદીનો ઉપાસક હજારો વર્ષ પહેલાં થઈ ગયેલાં આદિનાથ શિવ, ગોરખનાથ, મત્સ્યેન્દ્રનાથ સહિત નવ નાથોની પ્રચંડ ઊર્જા સાથે જોડાઈ જાય છે! એવી જ રીતે, ચાર પીઠો - જ્યોતિર્મઠ બદ્રીધામ (ઉત્તરાખંડ), શારદામઠ (દ્વારકા), ગોવર્ધનમઠ (જગન્નાથ પુરી), શૃંગેરીમઠ (તમિલનાડુ) - ના મઠાધિપતિઓ પાસેથી પ્રાપ્ત થનારી દીક્ષા સાધકને આદ્યગુરુ શંકરાચાર્ય સાથે જોડી દે છે.

ફક્ત આટલું જ નહીં, કેટલાક કિસ્સામાં સંપ્રદાયમાં થયેલાં મહાન ગુરુઓએ સાધકને સ્વપ્નમાં આવીને દિશાસૂચન કર્યાં હોવાના દાખલા પણ નોંધાયા છે. મહત્ત્વની વાત એ છે કે દીક્ષા વાસ્તવમાં સાધકનું તાલીમ-મેદાન છે. એક ઉત્તમ ગુરુ પોતાના શિષ્યને અધ્યાત્મમાર્ગે આગળ દોરી જવાનું પ્રોત્સાહન પૂરું પાડશે, તેની આધ્યાત્મિક ઉન્નતિનો માર્ગ સુનિશ્ચિત કરશે. સામે પક્ષે, અયોગ્ય ગુરુ પોતાના શિષ્યને સતત તેની ખામીઓ દર્શાવીને હતોત્સાહ કર્યે રાખશે!

મોટાભાગના સાધકો ગેરમાન્યતા ધરાવે છે કે ગુરુ બદલી ન શકાય! સત્ય આનાથી વિપરીત છે. ભગવાન દત્તાત્રેયના ૨૪ ગુરુઓ હતા, એ વાતથી તમે અજાણ નહીં જ હો! જો વ્યક્તિને એવું પ્રતીત થાય કે અધ્યાત્મના માર્ગ પર તેનો વિકાસ અટકી ગયો છે, તો સંપૂર્ણ આદરભાવ સાથે ગુરુનો સાથ છોડવામાં કંઈ ખોટું નથી. અલબત્ત, જ્યારે સાધક કોઈકને પોતાના ગુરુસ્થાને બેસાડે છે, ત્યારે તેના મનમાં ગુરુના ગુરુપદ માટે એક ચોક્કસ સમયગાળો નિર્ધારિત હોવો જરૂરી છે. આ સમય દરમિયાન સંપૂર્ણ કર્તવ્યનિષ્ઠા અને સમર્પણ સાથે ગુરુને પોતાનું સર્વસ્વ સોંપી દેવું એ સાધકની ફરજ છે.

જેમના માટે મનમાં લગીરેય શંકા હોય, એમને ગુરુ તરીકે ન સ્વીકારવા જોઈએ. પરંતુ એક વખત ગુરુ બનાવ્યા, તો પછી એ

જ તમારા સંસારરૂપી ભવસાગરના તારણહાર છે એટલી શ્રદ્ધા-આસ્થા-વિશ્વાસ જરૂરી છે!

પોતાનાં સંસ્મરણો 'ઇફ ટ્રુથ બી ટોલ્ડ'માં ઓમ સ્વામીએ વારાણસીના નાગાબાબાનો કિસ્સો ટાંક્યો છે, જેઓ તેમના ગુરુ હતા! ઑસ્ટ્રેલિયામાં પોતાની અબજો રૂપિયાની કંપનીનો ત્યાગ કરી, ફક્ત ૩૦ વર્ષની ઉંમરે સંન્યાસ લઈ લેનાર ઓમ સ્વામીનું મૂળ નામ અમિત શર્મા! નાગાબાબા પાસેથી દીક્ષા લીધા બાદ મહિનાઓ સુધી ઓમ સ્વામીએ એમની ખંતપૂર્વક સેવા કરી. એક પ્રકરણમાં તો તેઓ ત્યાં સુધી લખે છે કે, 'એક શ્વાનનું જીવન મારા કરતાં વધુ સારું કહી શકાય, એ પ્રકારનો અનન્ય શિષ્યભાવ દાખવીને મેં નાગાબાબાની ગુરુભક્તિ કરી હતી!'

નાગાબાબાના આશ્રમમાં રહીને ઓમ સ્વામીનું નિરીક્ષણ હતું કે દાયકાઓની સાધના પછી પણ નાગાબાબા પોતાના ગુસ્સા કે તિરસ્કાર-ઘૃણાની ભાવના પર નિયંત્રણ સાધી શક્યા નથી. એક ગુરુ જ્યારે આ પ્રકારની વર્તણૂક કરે, ત્યારે શિષ્યના મનમાં શંકાભાવ જાગે એ સ્વાભાવિક છે. જોકે, આ તમામ દુર્ગુણોની અવગણના કરીને પણ ઓમ સ્વામીએ મનમાં નક્કી કર્યું હતું કે તેઓ અમુક-તમુક સમય પોતાના ગુરુને આપશે. નાગાબાબાના આશ્રમ અને શાળાનું કામકાજ તથા વહીવટ સંભાળવામાં તેમણે ઘણો સમય પસાર કર્યો. મહિનાઓ સુધી ફક્ત બિસ્કિટ અને પાણીના સહારે શરીરને ટકાવ્યા બાદ સમયાવધિ પૂર્ણ થઈ, પરંતુ નાગાબાબા પાસેથી અધ્યાત્મ-ઉન્નતિનો માર્ગ ન મળ્યો એટલે આખરે ઓમ સ્વામીએ એક વિગતવાર પત્ર લખી, એમના પરત્વે પરમ આદર અને કૃતજ્ઞતા વ્યક્ત કરી નાગાબાબાનો સાથ છોડ્યો. એ પછી દોઢ વર્ષ સુધી, એમણે જાતે જ કોઈ ગુરુ વગર હિમાલયના પહાડોમાં મંત્રસાધના આરંભી. આખરે ૧૩ ફેબ્રુઆરી, ૨૦૧૧ના રોજ સવારે પાંચ વાગ્યાની આસપાસ એમને યંત્રાધિષ્ઠાત્રી રાજરાજેશ્વરી મહાત્રિપુરસુંદરીનો સાક્ષાત્કાર થયો.

ૐ

૧૨

દીક્ષાત્રયી : શક્તિ, શાંભવી અને માન્ત્રી

કોઈ પણ સિદ્ધ મહાગુરુ પોતાના શિષ્યને ત્રણ પ્રકારે દીક્ષા આપી શકે છે : શક્તિ, શાંભવી અને માન્ત્રી. દીક્ષાત્રયી અંગેના આ પ્રકરણમાં ઉપરોક્ત ત્રણેય પ્રકારો વિશે જાણકારી આપવાનો હું પ્રયત્ન કરીશ.

(૧) શક્તિ

સનાતન ધર્મમાં આ પ્રકારની દીક્ષાને મોટાભાગે 'શક્તિદીક્ષા' અથવા 'શક્તિપાત'ના નામે ઓળખવામાં આવે છે, જેમાં મહાયોગી પોતાના શિષ્યના લલાટની મધ્યભાગમાં ત્રીજા નેત્રના સ્થાને સ્પર્શ થકી તેની કુંડલિની જાગૃત કરે છે. હું એવા ઘણા લોકોને મળ્યો છું, જેઓ દાવો કરતા હોય છે કે એમના ગુરુએ એમને શક્તિપાત કરાવ્યો. આમાંના મોટાભાગના સાધકો શક્તિદીક્ષા અંગે ક્યાં તો જાણતા નથી હોતા અથવા ભ્રમમાં રાચતા હોય છે! વાસ્તવમાં શક્તિદીક્ષા એ જ ગુરુ આપી શકે, જેમણે પોતે દાયકાઓ સુધી તીવ્ર સાધના કરી હોય. ગુરુ પોતે જ અંદરથી રિક્ત હોય, તો સાધકને શું આપી શકવાના? પરિણામસ્વરૂપે, સાધક આધ્યાત્મિક માર્ગ પર આગળ વધતો અટકી જાય છે. હકીકત એ છે કે, શક્તિપાત જો ખરેખર સિદ્ધ મહાગુરુ દ્વારા થયો હોય, તો સાધક ખરા અર્થમાં સાધનાના માર્ગે વળે છે. તેનામાં ધ્યાન અને યોગ માટેની તીવ્ર મહેચ્છા પ્રગટ થવા માંડે છે. રામકૃષ્ણ પરમહંસ જેવા મહાન ગુરુનો સ્પર્શ નરેન્દ્રને વિશ્વવિખ્યાત સ્વામી વિવેકાનંદ બનાવી શકે છે, એ હંમેશાં યાદ રાખવું. ગુરુ પાસેથી દીક્ષા લેતાં પહેલાં ખાસ ચકાસવું – ગુરુની પોતાની સાધના કેટલી પ્રબળ રહી છે!

(૨) શાંભવી

ગુરુ જ્યારે પોતાના શિષ્યના સેવાભાવ અને સમર્પણથી અત્યંત રાજીપો અનુભવે, ત્યારે તેને શાંભવીદીક્ષા આપે છે, જેમાં તેનો

સ્પર્શ કરીને અથવા દૃષ્ટિમાત્રથી શિષ્યમાં મહાન સાધક બનવાના ગુણો ઉમેરાઈ જાય છે. આથી જ, શાંભવીદીક્ષાને 'દૃષ્ટિપાત' પણ કહે છે! શક્તિપાત એ ક્રિયા-ઊર્જાનું પરિણામ છે, જેમાં સાધક ગુરુની ક્રિયાઓને અનુસરીને સમય સાથે પોતાના ગુરુ સમાન બનવા લાગે છે; જ્યારે દૃષ્ટિપાત એ વિચારઊર્જાના સ્થળાંતરનું પરિણામ છે, જેમાં સાધકના વિચારો ક્રમશઃ ગુરુના વિચારો જેવા થવા માંડે છે અને સમયની સાથે તેની પ્રકૃતિ પણ! ભગવાન બુદ્ધની દૃષ્ટિ અંગુલિમાલ પર પડી, ત્યારે એના ઉપર જે અસર થઈ તે 'દૃષ્ટિપાત'નું શ્રેષ્ઠ ઉદાહરણ છે.

(૩) માન્ત્રી

શિષ્યને ગુપ્ત મંત્રની દીક્ષા આપીને પોતાના સંપ્રદાય સાથે જોડવાની ક્રિયાને 'માન્ત્રીદીક્ષા' અથવા 'મંત્રદીક્ષા' કહેવામાં આવે છે. આ પ્રકારની દીક્ષા આપતી વેળા, ગુરુ પોતાના શિષ્યને એ જ મંત્ર આપી શકે છે, જે તેમને ભૂતકાળમાં એમના ગુરુ પાસેથી પ્રાપ્ત થયો હોય. આમ કરવાથી તેઓ પોતાના શિષ્યને ગુરુ-શિષ્ય પરંપરા સાથે જોડી દે છે. મોટેભાગે ગુરુ દ્વારા શિષ્યના કાનમાં મંત્ર આપવામાં આવે છે, જેનું શિષ્યએ આજીવન ધ્યાન ધરવાનું હોય છે! 'નાથ' સંપ્રદાયના ગુરુ પાસેથી મળતી દીક્ષા શિષ્યને હજારો વર્ષ જૂના નવ નાથોના સંપ્રદાય સાથે સંબંધ સ્થાપિત કરી દે છે. આનાથી ઊલટું, ગુરુ જ્યારે પોતાના શિષ્યને કોઈ એવા મંત્રની દીક્ષા આપે, જેનું ઉચ્ચારણ અથવા સાધના તેણે પોતે જીવનમાં ઓછો સમય કરી હોય તો તેવા સંજોગોમાં આવો અજાગૃત મંત્ર શિષ્યને કોઈ લાભ આપતો નથી!

ઘણા સાધકોના મનમાં પ્રશ્ન ઊઠતો હોય છે કે મંત્રયોગનો પ્રયોગ કરતી વેળા દેવી અથવા દેવતાના સ્વરૂપ ઉપર કેમ ધ્યાન ધરવાનું? તો એનો જવાબ એ છે કે, દરેક મંત્રને અનુરૂપ તેના

દેવી અથવા દેવતા નિશ્ચિત થયાં છે. દાખલા તરીકે, મારે તમને આમંત્રણ આપવું હોય, તો પત્રિકામાં તમારું નામ અચૂક લખવું પડે. એ સિવાય તમને ક્યાંથી ખ્યાલ આવે કે હું તમને મારા પ્રસંગમાં પધારવા માટે આમંત્રણ પાઠવી રહ્યો છું? એવી જ રીતે, દેવી અથવા દેવતાને આહ્‌વાન આપવા માટે મંત્રનો પ્રયોગ થાય છે. 'શિવ પંચાક્ષર સ્તોત્ર'નું નિત્ય-પઠન જેવી રીતે શિવને આહ્‌વાન આપે છે, એવી જ રીતે 'સિદ્ધકુંજિકા સ્તોત્ર' જગતજનની પરામ્બિકાને આહ્‌વાન આપે છે. મંત્ર થકી સાધક પોતાના ઈષ્ટની વધુ સમીપ પહોંચી શકે છે અને એક સમય બાદ તેની પ્રચંડ ઊર્જાનો અનુભવ પણ કરી શકે છે.

ॐ

૧૩

શ્રીચક્રનગરસમ્રાજ્ઞી : રાજરાજેશ્વરી મહાત્રિપુરસુંદરીનો સંક્ષિપ્ત પરિચય!

નવરાત્રિ એટલે દસ પ્રચંડ મહાવિદ્યાઓ - કાલી, તારા, છિન્નમસ્તા, ષોડશી, ભુવનેશ્વરી, ત્રિપુરભૈરવી, ધૂમાવતી, બગલામુખી, માતંગી અને કમલા - ની સાધનાનું પ્રમુખ પર્વ. એમાં પણ વિશેષતઃ અષાઢી નવરાત્રિના નવ દિવસો તંત્રસાધકો માટે અતિ મહત્ત્વના ગણાય છે.

મૂળ કથા એવી છે કે શાક્તોપાસક મહર્ષિ શૃંગી પાસે એક લાચાર મહિલાએ આવીને પોતાની વ્યથા ઠાલવતાં જણાવ્યું કે, તેનો પતિ શારદીય અને ચૈત્રી નવરાત્રિમાં પણ દારૂ-માંસ વગેરેનું સેવન કરે છે, જેના કારણે ઘરમાં દેવીની ઉપાસના નથી થઈ શકતી. આ સાંભળીને મહર્ષિએ એ મહિલાને અષાઢ માસમાં ગુપ્ત રીતે નવ દિવસ સુધી શ્રીમાતાની ઉપાસના કરવા કહ્યું, જેનું જ્ઞાન અલ્પ ઋષિઓ પૂરતું જ સીમિત હતું.

દસ મહાવિદ્યાઓમાં ષોડશી અર્થાત્ મહાત્રિપુરસુંદરી અંગે આજે થોડી વાત કરવી છે. શ્રીવિદ્યાસાધનાની પ્રમુખ દેવી એટલે ચક્રનગરસામ્રાજ્ઞી રાજરાજેશ્વરી મહાત્રિપુરસુંદરી, જેને મુખ્યત્વે સૃષ્ટિક્રમ-સંહારક્રમ-સ્થિતિક્રમ પૂજાપદ્ધતિ વડે સિદ્ધ કરવામાં આવે છે. સંસારમાં રહીને દેવીઉપાસના કરનારા સાધકો મોટેભાગે સૃષ્ટિક્રમ પૂજા (બિંદુથી શરૂ કરીને બહારના ચક્ર સુધી)નો આગ્રહ રાખે છે, જ્યારે સંન્યાસીઓ/તંત્ર-ઉપાસકો બહારના આવરણથી મધ્યબિંદુ અર્થાત્ 'સર્વાનંદમય ચક્ર' સુધીની યાત્રા ખેડે છે. આદિ શંકરાચાર્ય વિરચિત 'સૌંદર્યલહરી' મુખ્યત્વે મહાત્રિપુરસુંદરીના દિવ્ય સ્વરૂપ અને સાધકો ઉપર તેની અસર અંગેની જ વાત કરે છે. કહેવાય છે કે, આદ્યગુરુ શંકરાચાર્ય દ્વારા 'અહો પુરુષિકા'નું ઉચ્ચારણ થતાંની સાથે જ એમની સમક્ષ લલિતામ્બિકાનો આવિર્ભાવ થઈ જતો હતો!

શ્રીવિદ્યાસાધના માટે ગુરુ દ્વારા અપાતી દીક્ષાનું મહત્ત્વ કેટલું?

શ્રીચક્રના પ્રથમ આવરણનું નામ છે : ત્રૈલોક્યમોહનચક્ર, જેની અધિષ્ઠાત્રી ત્રિપુરા અને યોગિની પ્રગટ છે. કુલ નવ આવરણનાં બનેલા શ્રીચક્રનું દ્વિતીય આવરણ છે: સર્વાશાપરિપૂરક ચક્ર! બીજા ચક્રની યોગિની 'ગુપ્ત' છે. પ્રથમ આવરણની ઉપાસના કરવા માટે સાધકને કોઈ ગુરુની આવશ્યકતા નથી, કારણ છે 'પ્રગટ યોગિની'! પરંતુ બીજા આવરણમાં 'ગુપ્ત યોગિની'ના આવિર્ભાવને કારણે સાધક માટે ગુરુદીક્ષા જરૂરી છે.

દ્વિતીય આવરણથી શરૂ કરીને નવમા-અંતિમ આવરણ સુધીની ઉપાસના એ જ સાધક કરી શકે છે, જેમને શ્રીવિદ્યામાં દીક્ષા પ્રાપ્ત હોય! આજના સમયમાં બે-ત્રણ હજાર રૂપિયામાં શ્રીવિદ્યા દીક્ષા આપતા ગુરુઓનો રાફડો ફાટી નીકળ્યો છે, ત્યારે મારે અહીં વાચકોને ખાસ જણાવવું પડે કે આવા એક પણ ઢોંગનો ભોગ બનવાની જરૂર નથી. એક વાત હંમેશાં યાદ રાખજો. વિદ્યા ક્યારેય ખરીદી ન શકાય, એને અર્જિત કરવી પડે!

શ્રીવિદ્યાના ઉપાસક અને મહાત્રિપુરસુંદરી જેમને સિદ્ધ છે, એવા ગુરુ ઓમ સ્વામી કહે છે કે, જેવી રીતે ગુરુ પોતાના શિષ્યની પસંદગી કરતા પહેલાં ત્રણ મહિના, છ મહિના કે એક વર્ષ સુધી તેની પરીક્ષા લે છે; એવી જ રીતે શિષ્યએ પણ પોતાના ગુરુની યોગ્યતાની કસોટી લેવી જરૂરી છે!

ધ્યાનયોગ માટે ગુરુની આવશ્યકતા નથી હોતી, પરંતુ મંત્રયોગના માર્ગે ગુરુ વગર ઉદ્ધાર નથી! આજના સમયમાં શ્રીવિદ્યાના સિદ્ધ ઉપાસકોની સંખ્યા જૂજ છે. માટે, એની દીક્ષા લેતાં પહેલાં શિષ્યએ એ ચકાસવું ખાસ જરૂરી છે કે તમને આપવામાં આવતા દીક્ષામંત્ર પર સ્વયં ગુરુ દ્વારા કઠોર સાધના થઈ છે કે નહીં? જો ગુરુનો શ્રીવિદ્યામંત્ર જ જાગૃત ન હોય, તો શિષ્ય પણ શ્રીવિદ્યાસાધનાના પંથ ઉપર આગળ નથી વધી શકતો.

એમાં પણ શ્રીવિદ્યાનું વિજ્ઞાન તો અત્યંત પૌરાણિક અને ગુપ્ત છે. જેવી રીતે કોઈ પણ મંદિરમાં પ્રવેશ મેળવવા માટે 'ગોપુરમ્'માંથી પસાર થવું પડે, એવી જ રીતે શ્રીવિદ્યાસાધનાનો પ્રારંભ કરતા પહેલાં 'શ્રીબાલાત્રિપુરસુંદરી મંત્ર'ની સાધના જરૂરી છે.

ૐ

૧૪

શ્રીગુરુ : ગોત્રઋષિ અને મંત્રઋષિ થકી સાધનાસિદ્ધિ!

આજના હાઈ-ફાઈ કમર્શિયલ યુગમાં એવા ગુરુ મળવા અત્યંત મુશ્કેલ છે, જેમણે પોતે વર્ષો સુધી નિરંતર સાધના કરી હોય! મંત્રયોગ માટે ગુરુ અનિવાર્ય છે. ઘણા કિસ્સાઓમાં સાધકોને યોગ્ય ગુરુ નથી મળતા. કેટલીકવાર એવું પણ બને કે ગુરુ બનાવ્યા બાદ એમની અયોગ્યતા અંગે જાણ થાય! તો આવા સંજોગોમાં શું કરી શકાય?

મારા ખુદના કિસ્સામાં રવિકાકાના દેહાંત પછી લગભગ ૧૫-૧૬ વર્ષ સુધી મને ગુરુની પ્રાપ્તિ નહોતી થઈ. અનેક સંતો-મહંતો-યોગીઓના સાંનિધ્યમાં રહેવાનો મોકો મળ્યો હોવા છતાં હૃદયની અંદર એમના માટે જે ભાવ પ્રગટ થવો જોઈએ, એ નહોતો થયો. છેક ૨૭ વર્ષની આયુમાં મને મારા મહાગુરુ - ઓમ સ્વામી - ની પ્રાપ્તિ થઈ. મહત્ત્વની વાત એ છે કે મોટાભાગના કિસ્સામાં સાધકો પોતાના આધ્યાત્મિક જીવનમાં ઊભી થયેલી ગુરુની આવશ્યકતાને સંતોષવા માટે ઉતાવળો નિર્ણય લઈ લેતા હોય છે. યોગ્ય ગુરુની સન્નિધિ સાધકને પ્રાપ્ત ન થાય, ત્યાં સુધી શું થઈ શકે?

સર્વપ્રથમ તો એ જાણી લો કે, આપણા ઋષિ-મુનિઓએ મંત્રવિજ્ઞાનમાં પ્રત્યેક સમસ્યા માટે ઉપાય સૂચવ્યો છે. અલબત્ત, એને છટકબારી ગણવાની ભૂલ ન કરવી! ઊર્જા સાથે સંકળાયેલું આ વિજ્ઞાન ખરેખર દેખાય છે, એટલું જટિલ નથી. ગુરુની ગેરહાજરી નિવારવાના બે સરળ ઉપાયો છે : (૧) ગોત્રઋષિ (૨) મંત્રઋષિ. જેને અહીં વિસ્તારથી સમજવાનો પ્રયત્ન કરીએ.

(૧) ગોત્રઋષિ

દરેક સાધકના પરિવારનું ગોત્ર નિશ્ચિત હોય છે. ધારો કે, તમારું ગોત્ર કશ્યપ છે. આથી, મહર્ષિ કશ્યપ તમારા પૂર્વજ થયા. એવી જ રીતે, ભારદ્વાજ-વશિષ્ઠ વગેરે ગોત્ર ધરાવતા પરિવારો માટે અનુક્રમે મહર્ષિ ભારદ્વાજ અને મહર્ષિ વશિષ્ઠ વગેરે એમના પૂર્વજ

ગણાય. સાધનાના માર્ગે આગળ વધવા માટે જો તમને માનવદેહે યોગ્ય ગુરુની પ્રાપ્તિ ન થઈ શકી હોય, તો ગોત્રના ઋષિને જ ગુરુપદે સ્વીકાર કરીને સાધનાનો આરંભ કરી શકાય. એનું એક કારણ એ કે, તમારા ગોત્રના ઋષિ હોવાને નાતે એમનો સૂક્ષ્મ અંશ અથવા રંગસૂત્રનો સૂક્ષ્મ ભાગ તમને વારસામાં મળ્યો કહેવાય. આથી, એ મહાન ઋષિઓએ પોતાના જીવનકાળ દરમિયાન કરેલી સાધનાનું ફળ તમને પણ પ્રાપ્ત થઈ જ શકે. જેવી રીતે રાજવીનો વંશજ હજારો વર્ષ પછી પણ રાજવી જ રહે છે, એવી રીતે ગોત્રના મૂળ ઋષિના DNA - રંગસૂત્ર હજારો વર્ષ પછી પણ એટલા જ અસરકર્તા ગણાય. ગોત્રના મૂળ ઋષિને ગુરુપદે સ્વીકાર્યા બાદ સાધના કરવાથી સાધકને ભવિષ્યની સાધના અથવા દિશા અંગે ગોત્રઋષિ દ્વારા માર્ગદર્શન મળી રહે છે.

(૨) મંત્રઋષિ

કોઈ પણ મંત્રના છ અંગો (ષડાંગ) હોય છે, જેમાંનું એક અંગ એટલે મંત્રઋષિ! દરેક મહામંત્રના મંત્રદ્રષ્ટા ઋષિ નિશ્ચિત હોય છે. દાખલા તરીકે, ગાયત્રી મંત્રના મંત્રદ્રષ્ટા ઋષિ વિશ્વામિત્ર છે. આથી, જો તમે ગાયત્રી સાધના કરવા માંગતા હો અને કોઈ ગુરુ દ્વારા દીક્ષા પ્રાપ્ત ન કરી હોય તો સ્વયં ઋષિ વિશ્વામિત્રને ગુરુપદે સ્વીકારી સંપૂર્ણ આસ્થા અને શ્રદ્ધાભાવ સાથે ગાયત્રી સાધનાનો પ્રારંભ કરી શકો છો. આ પ્રકારે, ઘણા મંત્રોના ઋષિ સ્વયં પ્રજાપતિ બ્રહ્મા, જગતનિયંતા વિષ્ણુ અને પ્રલયંકારી સદાશિવ પણ હોઈ શકે. નીચે આપેલા મંત્રનો ત્રણ વખત જાપ કર્યા બાદ સાધનાનો આરંભ થઈ શકે.

गुरुर्ब्रह्मा गुरुर्विष्णुः गुरुर्देवो महेश्वरः
गुरुः साक्षात् परब्रह्म तस्मै श्री गुरवे नमः॥

આ સિવાય ઘણા સાધકો પોતાની અંતરાત્મામાં બિરાજમાન શ્રીગુરુને ગુરુપદે સ્થાપિત કર્યા બાદ પણ સાધનાનો આરંભ કરતા હોય છે, જેમાં કશું ખોટું નથી. કારણ કે આપણા વેદાંત અને આધુનિક ક્વૉન્ટમ સાયન્સ બંને કહે છે કે, 'જે આંતરિક છે, એ જ બાહ્ય પણ છે!' આથી આજના સમયમાં લોભી ગુરુઓ પાસેથી દીક્ષા લઈને ઊંધા માર્ગ પર દોરાવાને બદલે સ્વયંના ગોત્રઋષિ અથવા મંત્રઋષિને ગુરુપદે સ્થાપિત કરવાથી આધ્યાત્મિક-ઉન્નતિનો માર્ગ સુનિશ્ચિત કરી શકાય છે. અહીં એક વાત યાદ રાખવી ખૂબ જરૂરી છે કે, ભક્તિમાર્ગ પર આગળ વધવા માંગતા શ્રદ્ધાળુઓ માટે ધ્યાનયોગ શ્રેષ્ઠ ગણી શકાય, જેમાં ગુરુની ઉપસ્થિતિ કે અનુપસ્થિતિથી ઝાઝો તફાવત નથી જોવા મળતો! પરંતુ વામાચાર, દક્ષિણાચાર કે અન્ય કોઈ પણ તંત્રમાર્ગ ઉપર પ્રગતિ સાધવા માગતા મંત્ર-તંત્ર-યંત્રના સાધકો માટે ગુરુ અનિવાર્ય છે; એ પછી મંત્રઋષિ, ગોત્રઋષિ, અંતરાત્મામાં બિરાજમાન ગુરુ અથવા માનવગુરુ... કોઈ પણ સ્વરૂપમાં હોઈ શકે!

ૐ

૧૫

સ્થાન દેવતા અને ગ્રામ દેવતા : The Local Protector!

કોઈ પણ સાધક માટે સ્થાન દેવતા, ગ્રામ દેવતા, ઇષ્ટ દેવતા અને કુળદેવતા જેવા શબ્દો અજાણ્યા નથી. પ્રત્યેક તંત્રોક્ત અને મંત્રોક્ત સાધનાઓની શરૂઆતમાં જ્ઞાની સાધક 'દેવતા નમસ્કાર'ની પ્રથાને અનુસરે છે. આ દેવતાઓ કોણ છે, જેમને આહ્‌વાન આપ્યા વગર સાધનાસિદ્ધિ સંભવ નથી? શરૂઆત થાય છે, સ્વયં ગજાનન ગણેશથી! ત્યારબાદ શ્રીગુરુ, ઇષ્ટ દેવતા, કુળદેવી, સ્થાન દેવતા, ગ્રામ દેવતા, વાસ્તુ દેવતા, બ્રહ્મા-સરસ્વતી, લક્ષ્મી-નારાયણ, ઉમા-મહેશ્વર, શચી-પુરન્દર, માતા-પિતા, સર્વ દેવતા અને બ્રાહ્મણ દેવતા!

ઓમ સ્વામીના બે અંગ્રેજી પુસ્તકો 'ધ એન્શિયન્ટ સાયન્સ ઑફ મંત્ર' અને 'ઈફ ટ્રુથ બી ટોલ્ડ'માં આ વાતનો વિસ્તૃત દાર્શનિક ઉલ્લેખ જોવા મળે છે, પરંતુ મારે આજે વૈજ્ઞાનિક દૃષ્ટિકોણથી સ્થાન દેવતા અંગે વિધિવત્‌ ચર્ચા કરવી છે.

શું તમે ક્યારેય વિચાર્યું છે કે અમુક-તમુક સ્થળોએ જવાનું તમને શા માટે અત્યંત પસંદ છે? અથવા કેટલીક જગ્યાઓનું નામ સાંભળતાં જ શા માટે ત્યાં જવાનું લોકો ટાળતાં હોય છે? વાચકમિત્રોમાંથી ઘણા બધાનો જાતઅનુભવ હશે કે કેટલાક વ્યવસાયોમાં ગમે એટલી મૂડી રોકો, મહેનત કરો, વિસ્તાર-વ્યાપનો પ્રયત્ન કરો, પરંતુ એ ધંધામાં ક્યારેય બરકત જોવા જ નહીં મળે! તમે સતત એવું અનુભવશો કે યોગ્ય દિશામાં કઠોર પરિશ્રમ, પૂરતું પ્લાનિંગ, બિઝનેસ સ્ટ્રેટેજી અને રાત-દિવસ ઉજાગરા કરવા છતાં જોઈએ એવું પરિણામ નથી મળી રહ્યું! આની પાછળનાં કારણોમાં વાસ્તુશાસ્ત્ર ઉપરાંત સ્થાન દેવતા અને ગ્રામ દેવતાનો ફાળો ખૂબ મોટો હોય છે.

સ્વયં વાલ્મીકિ ઋષિ 'રામાયણ'માં લખે છે, 'ચાતુર્માસ ચાલુ થતાની સાથે જ દશરથનંદન રામે સીતાની શોધખોળ ચાર માસ સુધી અટકાવવાનો આદેશ આપ્યો.' આ ચાર મહિના દરમિયાન સૃષ્ટિની પાલનકર્તા ઊર્જા અર્થાત્‌ શ્રીમહાવિષ્ણુ શયન અવસ્થામાં

હોય છે. પ્રકૃતિ પ્રજનનક્રિયા માટે નવેસરથી પોતાની જાતને સજ્જ કરી રહી હોય છે. ચોમાસાની ઋતુમાં ધરતીના ગર્ભમાં રોપાયેલાં બીજ ધીરે ધીરે ઉછેર પામીને સૃષ્ટિ માટે અન્ન પેદા કરવાની જહેમતમાં લાગેલા હોય છે. આખું વર્ષ જમીનમાં ગોંધાઈ રહેતા નાના-મોટા કીટકો/જીવો ચાર મહિના દરમિયાન મુક્તપણે વિચરણ કરવા માટે બહાર નીકળી આવે છે!

સમગ્ર મુદ્દાનો મૂળ ભાવાર્થ એ છે કે જે ચાતુર્માસ દરમિયાન સ્વયં પ્રમુખ દેવતા વિષ્ણુ પોઢી જતાં હોય, એ સમયે ધર્મયાત્રા કે પછી અન્ય કોઈ પ્રકારની યાત્રા કરવી હિતાવહ નથી!

પરંતુ આજના સમયમાં તો કોઈને એક દિવસ પણ ઘરે બેસવું પોસાય નહીં! એટલે જ, હવે સ્થાન દેવતા અને ગ્રામ દેવતાની મહત્તા જાણવી જરૂરી થઈ જાય છે. તમે નોંધ્યું હશે, દરેક ગામ અથવા પ્રદેશના દેવતા કે પછી દેવી નિશ્ચિત હોય છે. દાખલા તરીકે, અમદાવાદના ગ્રામદેવતા સ્વયં ભદ્રકાળી છે! એવી જ રીતે, ઉજ્જૈનમાં મહાકાળ, કેરળના તિરુઅનંતપુરમ્ શહેરના ગ્રામ દેવતા શ્રીઅનંતશયનમ્ છે.

સાધુ-સંતો જ્યારે નવા પ્રદેશમાં થોડા દિવસો માટે વિશ્રામ કરવાનો નિર્ણય લે છે, ત્યારે સર્વપ્રથમ જે-તે સ્થળના ગ્રામ દેવતાની મંજૂરી લે છે. પૌરાણિક વિજ્ઞાન એવું કહે છે કે, દરેક સ્થળની પોતાની ઊર્જા હોય છે, જેને અંગત ઉપયોગમાં લેવા માટે સર્વપ્રથમ તેની સામે મસ્તક ઝુકાવવું જરૂરી છે. જે-તે સ્થળના જીવ-જંતુઓ, પશુ-પ્રાણી કે પક્ષી તેમજ અહિતકારી નકારાત્મક ઊર્જા સામે રક્ષણ મેળવવા માટે ગ્રામ દેવતાનું આહ્વાન જરૂરી છે.

જેવી રીતે અબોલ જીવને પ્રેમ આપવાથી તે તમને વ્હાલ કરે છે, એવી જ રીતે ગ્રામ દેવતાનું આહ્વાન કરવાથી એ તમને જે-તે સ્થળ પર વસવાટ અને વ્યવસાય કરવાયોગ્ય ઊર્જા પૂરી પાડે છે. સ્થાન દેવતા એ ગ્રામ દેવતાથી અલગ! ધારો કે, તમારા

ઘરના મંદિરમાં વર્ષોથી સાત-આઠ દેવી-દેવતાઓના વિગ્રહો અથવા છબીઓ છે. તમારા વડીલો દાયકાઓથી તેની પૂજા-અર્ચના કરી રહ્યા છે, પરંતુ તમને કૃષ્ણ અથવા જગદંબા કે પછી શિવની સાધનાના માર્ગ પર આગળ વધવાની ઇચ્છા છે; તો એનો અર્થ એમ નથી કે એ સિવાયની અન્ય પ્રાણ-પ્રતિષ્ઠિત ઊર્જાને તરછોડી દઈએ! આવા સમયે મંદિરમાં બિરાજમાન અન્ય તમામ દેવી-દેવતાઓ સાધક માટે 'સ્થાન દેવતા' બની જાય છે, જેને વંદન કર્યા બાદ વ્યક્તિ પોતાની મૂળ સાધના શરૂ કરી શકે છે.

આની પાછળનું સરળ કારણ એ છે કે, પોતાનાં સગાં મા-બાપને તરછોડ્યા બાદ બહારના વૃદ્ધાશ્રમમાં દાન-ધર્માદો કરવા ન જવાનું હોય! જન્મદાત્રીને તરછોડીને પાલક માતાનાં ગુણગાન ગાવાના ન હોય! કૃષ્ણ ભલે યશોદાના ઘરે ઉછેર પામ્યા, પરંતુ માતા દેવકીને કંસના કારાગારમાંથી મુક્ત પણ એમણે જ કરાવ્યાં હતાં!

ૐ

૧૬

કાલી ત્રિગુણાત્મિકા છે, દારૂ-માંસ પર આધારિત દેવી નહીં!

કાલીના રૌદ્ર સ્વરૂપના મર્મને સમજ્યા વગર એમના ઉપર ટિપ્પણી કરનારાઓ ઉપર હવે ગુસ્સો નહીં, પરંતુ દયા આવે છે! અજ્ઞાનતાના અંધકારમાંથી બહાર નીકળવાના પ્રયત્નો કરવાને બદલે તેઓ એમાં વધુ ને વધુ ઊંડે સપડાઈ રહ્યા છે.

'શ્રી લલિતાસહસ્રનામ' જણાવે છે :

मूलाधारैक-निलया, ब्रह्मग्रन्थि-विभेदिनी ।
मणिपूरान्त-रुदिता, विष्णुग्रन्थि-विभेदिनी ॥

आज्ञाचक्रान्तरालस्था, रुद्रग्रन्थि-विभेदिनी ।
सहस्त्राराम्बुजारूढा, सुधासाराभिवर्षिणी ॥

સરળ ભાવાર્થ એ કે મૂળાધાર ચક્રમાં જેનો નિવાસ છે, એ મહાશક્તિ બ્રહ્મગ્રંથિનું વિભેદન કરે છે; ત્યારબાદ મણિપુર ચક્રમાં પહોંચીને વિષ્ણુગ્રંથિ અને આજ્ઞા ચક્રમાં પહોંચીને રૂદ્રગ્રંથિનું વિભેદન કરે છે. તત્પશ્ચાત્ બ્રહ્માંડજનની પોતાના સંતાનના સહસ્રાર ચક્રમાં વિદ્યમાન થઈને અમૃતવર્ષા (સમાધિસ્થ તુરિયઅવસ્થા)નું વરદાન આપે છે.

બ્રહ્મગ્રંથિ, વિષ્ણુગ્રંથિ અને રૂદ્રગ્રંથિ એ વાસ્તવમાં ત્રિગુણ - સત્ત્વ, રજસ અને તમસ; ત્રણ અવસ્થા - જાગૃત, સુષુપ્ત અને સ્વપ્ન; ત્રણ નાડી - ઈડા, પિંગળા અને સુષુમ્ણાનું રૂપક છે. શક્તિસ્વરૂપા વાસ્તવમાં ત્રિગુણાત્મિકા છે; ત્રયતાપ - આધિ, વ્યાધિ, ઉપાધિ - નો નાશ કરનારી છે.

કાલી દસ મહાવિદ્યાઓમાંની એક મહાવિદ્યા છે, જેની સાધના બે પ્રકારે થાય છે : દક્ષિણાચાર અને વામાચાર. વામાચારના સાધકો પંચ 'મ'કાર - મદ્ય, માંસ, મુદ્રા, મત્સ્ય, મૈથુન - નો ઉપયોગ કરીને દેવીને સિદ્ધ કરે છે; પરંતુ દક્ષિણાચારના સાધકો વિધિ દરમિયાન સાત્ત્વિક ચીજવસ્તુઓ - પુષ્પ, કંકુ, ચોખા વગેરે - નો ઉપયોગ કરે છે. તંત્ર અંગે ભ્રમમાં જીવનારા મોટાભાગના લોકોને એ ખ્યાલ

નથી કે દસમાંથી ફક્ત ત્રણ જ મહાવિદ્યાઓ - ત્રિપુરભૈરવી, ધુમાવતી, છિન્નમસ્તા - એવી છે, જેની કોઈ દક્ષિણાચાર સાધના નથી! આ ત્રણ મહાવિદ્યાઓને ફક્ત વામાચાર સાધના થકી સિદ્ધ કરી શકાય છે.

દેવી-દેવતાના તામસી સ્વરૂપોને અર્પણ કરવામાં આવતો મદિરા તેમજ બીડી-સિગારેટને 'કૂલ' માનતાં યુવાધનને આ પ્રસંગે ખાસ કહેવાનું કે સમજ્યા-જાણ્યા-વિચાર્યા અને ઊંડા ઊતર્યા વગર ફક્ત સગવડિયા ધર્મને અનુસરવો એ મૂર્ખામી છે! મદ્ય-માંસ, બીડી-સિગારેટ અને અન્ય નશાપ્રેરક ચીજવસ્તુઓનું સેવન એ તાંત્રિકો અથવા અઘોરીઓ જ કરે છે, જેમને ભયાવહ સાધનાઓ કરવાની હોય છે. વામાચાર એ કઠિન માર્ગ છે. ભલભલા બહાદુર લોકોનાં અહીં કાળજાં બેસી ગયાંનાં ઉદાહરણો છે. સંસાર ત્યાગીને સંપૂર્ણપણે વામાચારી તંત્રમાર્ગને અનુસરતા સાધકો જ નશાકારક ચીજવસ્તુઓનું સેવન કરે છે, જેથી એમને તામસી-ઉપાસનાઓ (જેમ કે, શવસાધના) કરવાનું બળ મળી રહે. તેઓ માદક દ્રવ્યના માધ્યમથી પોતાના મસ્તિષ્કને આ પ્રકારની દુષ્કર અને સંસારીઓ માટે વર્જ્ય કહી શકાય એવી સાધના માટે પોતાની જાતને તૈયાર કરતા હોય છે.

અહીં સૌથી અગત્યની વાત એ છે કે કાલી, તારા, બગલામુખી જેવાં પ્રત્યેક રૌદ્ર શક્તિ-સ્વરૂપો સાધકને માંસ-મદિરાનું સેવન કરવાનો નહીં, પરંતુ એમાંથી બહાર આવીને ('લલિતાસહસ્રનામ'માં કહ્યું છે એમ, કુંડલિનીને સહસ્રારચક્ર સુધી લાવીને) સમાધિ-અવસ્થા સુધી પહોંચવાનો સંદેશ આપે છે.

આખું જીવન જેમણે દક્ષિણાચાર સાધના કરી, એવા શ્રીવિદ્યા ઉપાસક ઓમ સ્વામીએ પણ જ્યારે કામાખ્યા (ગુવાહાટી, આસામ) ખાતે વામાચાર તંત્રદીક્ષા લેવી પડી, ત્યારે મદિરાનું ફક્ત સૂક્ષ્મ-પ્રસાદ તરીકે સેવન કર્યું હતું. વામાચારી સાધક જો ઇચ્છે, તો મદિરા અને

માંસનો સાવ નહીંવત્ માત્રામાં ફક્ત ખપ પૂરતો ઉપયોગ પણ કરી જ શકે! જેવી રીતે નિશ્ચિત માત્રામાં અપાયેલો આલ્કોહોલ દવાનું કામ કરી શકે, એવી રીતે સાધનાવિજ્ઞાનમાં વપરાતા દારૂ અને માંસ પણ અનન્ય સિદ્ધિ પ્રદાન કરી શકે. પરંતુ સાધનાસિદ્ધિ માટે બેફામ દારૂ ગટગટાવવાનું વિધાન એક પણ શાસ્ત્રમાં લખાયેલું નથી.

તંત્રશાસ્ત્ર વાસ્તવમાં તમામ દુર્વ્યસનોમાંથી પસાર થયા બાદ નિર્વ્યસની-નિર્લેપ-નિર્મોહી થવાનો સંદેશ આપે છે. પોતાની કામવાસના, સુખલાલસા અને સ્વાદગ્રંથિઓ પર નિયંત્રણ મેળવી ચૂકેલો માણસ શ્રેષ્ઠ સાધક પુરવાર થતો હોય છે. સંસારનાં તમામ સુખ ભોગવ્યા બાદ, ત્રિ-અવસ્થા (સુષુપ્ત, જાગૃત અને સ્વપ્ન)માંથી બહાર લાવીને તુરીય અવસ્થાનો અનુભવ કરાવનાર તંત્રશાસ્ત્ર પર ટિપ્પણી કરવા માટે કઠોર સાધક બનવું પડે!

ૐ

૧૭

કર્ણપિશાચિની : The Lower Form of Energy!

કોઈમ્બતૂર ખાતે ઈશા આશ્રમમાં 'યોગેશ્વર લિંગ'ની પ્રાણ-પ્રતિષ્ઠા સંપન્ન થઈ, ત્યારે એક શ્રદ્ધાળુએ સદ્‌ગુરુ જગ્ગી વાસુદેવને પ્રશ્ન પૂછ્યો કે, તમે વિધિ દરમિયાન સ્ત્રી અને પુરુષના પગની પાનીમાં નાડીઓ કેમ બાંધી હતી? તેનો બીજો છેડો યોગેશ્વર લિંગ સાથે બાંધવા પાછળનું તાત્પર્ય શું? આ પ્રશ્નના જવાબમાં સદ્‌ગુરુ કહે છે, 'મેં કોઈ સ્ત્રી અને પુરુષને નાડી નહોતી બાંધી! મારા માટે તો એ ફક્ત ઈડા અને પિંગળા છે... લિંગભેદથી ઉપર ઊઠી ચૂકેલી મસ્ક્યુલાઇન (પૌરુષી) અને ફેમિનાઇન (પ્રકૃતિ) ઊર્જા!

આ જગત ઈડા અને પિંગળા (પુરુષ અને પ્રકૃતિ ઊર્જા)ના સમન્વયથી રચાયેલું છે. એમાં કોઈ વિદ્યા સારી કે ખરાબ નથી હોતી. બેશક, તેનો ઉપયોગ કઈ રીતે થાય છે, એ જોવું જરૂરી છે. કર્ણપિશાચિની એ વાસ્તવમાં બીભત્સ દાંત અને રાક્ષસી રૂપ ધરાવતી કોઈ પિશાચ નથી. તેની પ્રકૃતિ/સ્વભાવને અનુરૂપ પ્રાચીનકાળથી તંત્રશાસ્ત્રમાં તે કર્ણપિશાચિની તરીકે ઓળખાય છે. બીજી મહત્ત્વની વાત એ કે, સભામોહિની અને કર્ણપિશાચિની મૂળે તો જગદમ્બિકાનું જ નિમ્નકોટિ ઊર્જાસ્વરૂપ (Lower Form of Energy) છે.

કર્ણપિશાચિની એક એવી વિદ્યા છે, જેને સિદ્ધ કર્યા બાદ સાધકના કાનમાં કેટલાક સ્વર સંભળાવા લાગે છે. એમની પાસે આવનારા શ્રદ્ધાળુઓના પ્રશ્નોનો કર્ણપિશાચિની ઉત્તર આપે છે, પરંતુ એ દરેક કિસ્સામાં સો ટકા સત્ય હોય, એ જરૂરી નથી. બીજી બાજુ, સભામોહિની વિદ્યાને સમૂહ-વશીકરણ સાથે સરખાવી શકાય, જેમાં સાધક એ પ્રકારની સિદ્ધિ પ્રાપ્ત કરી લે છે કે શ્રોતાગણ મંત્રમુગ્ધ બનીને બસ એમને સાંભળ્યા જ કરે!

કર્મકાંડ શીખવા માગતા વિદ્યાર્થીઓ જ્યારે અભ્યાસ શરૂ કરે ત્યારે, દાયકાઓ જૂના સંસ્કૃત ગુરુકુળોમાં આજે પણ એમની પાસે જળની અંજલિ ભરીને વચન લઈ લેવામાં આવે છે કે તેઓ

ક્યારેય કર્ણપિશાચિની-સભામોહિની વગેરે જેવાં દેવીના નિમ્નકોટિ સ્વરૂપોને આહ્‌વાન નહીં આપે!

આની પાછળના કારણો સ્પષ્ટ છે. પ્રકૃતિના નિમ્ન અને પ્રદૂષણકર્તા ઊર્જાસ્રોતો - કોલસા, કેરોસીન વગેરે - નો ઉપયોગ માનવજાતના રોજિંદા જીવનમાં થવા લાગે ત્યારે વાતાવરણ દૂષિત થશે જ, એ નિશ્ચિત છે. ૨૧મી સદીની સૌથી મોટી ચિંતા - ગ્લોબલ વૉર્મિંગ - એ આનું જ એક દુષ્પરિણામ છે. બિલકુલ એવી જ રીતે, દેવીનાં ઉચ્ચકોટિ સ્વરૂપો, મહાવિદ્યાઓ અથવા શ્રીવિદ્યાનું પૂજન કરવાને બદલે સાધક ભૌતિક સુખ-સગવડો અને સમૃદ્ધિ-પ્રસિદ્ધિની લાલસામાં જ્યારે પ્રકૃતિના નિમ્નકોટિ ઊર્જાસ્વરૂપોનું આહ્‌વાન કરે છે, ત્યારે તેનું આધ્યાત્મિક-શારીરિક-માનસિક અને સામાજિક પતન નિશ્ચિત છે!

કર્ણપિશાચિની એ ઊર્જાનું એવું સ્વરૂપ છે, જે સમય આવ્યે કદાચ કામ ન પણ આવે. એક બાળક પોતાની મા સામે હઠ કરે, ધમપછાડા કરે, રોકકળ કરે ત્યારે માતા કદાચ અનિચ્છાએ પણ તેની જિદ્દને માન આપીને વસ્તુ કે રમકડું અપાવે! પરંતુ એવું દર વખતે થાય જ, એ જરૂરી નથી. ઘણી વખત માતા પોતાના બાળકની પ્રત્યેક હઠ પૂરી નથી કરતી હોતી. બસ, આ જ રીતે ઘણી વખત સાધક દ્વારા અસંખ્ય વખત આહ્‌વાન આપવા છતાં જ્યારે કર્ણપિશાચિની તેના કાનમાં આવીને પ્રશ્નકર્તાના પ્રશ્નનો સંતોષકારક જવાબ ન આપે, ત્યારે સાધક પોતાનું સન્માન અને પ્રસિદ્ધિ જાળવી રાખવાના ચક્કરમાં ભેળસેળિયો ઉત્તર આપી દે છે, જે અંતે તેના કર્મબંધનોને વધુ દૂષિત અને વિષમય બનાવે છે!

મારી નજર સામે મેં એવા કિસ્સા જોયા છે, જેમાં કર્ણપિશાચિનીના સાધકને શાંતભાવે મૃત્યુ પણ નસીબ ન થયું હોય! એમના શબને અગ્નિદાહ આપવા માટે કાષ્ઠ અને ઘી નહીં,

પરંતુ કેરોસીનનો છંટકાવ થાય ત્યારે છેક ત્રાસદાયક દુર્ગંધ સાથે એમનો દેહ ભડભડ બળે!

કર્ણપિશાચિની અંગે શ્રીવિદ્યા ઉપાસક ઓમ સ્વામીએ પોતાના સંસ્મરણો 'ઈફ ટ્રુથ બી ટોલ્ડ'માં વિસ્તૃત ચર્ચા કરી છે. દેવીના ઉચ્ચકોટિ ઊર્જાસ્વરૂપોને સિદ્ધ કરવામાં વર્ષો ભલે લાગે, પરંતુ એ મંગલમયી હોય છે. માતા પ્રેમથી પોતાના સંતાનને ભેટ-ઉપહાર આપે, ત્યારે તેના ચિત્તમાં જે પ્રસન્નતા વ્યાપ્ત હોય એવો જ ઉમંગ આ સ્વરૂપોમાં પોતાના સાધક માટે જોવા મળે છે! રામકૃષ્ણ પરમહંસે આખું જીવન ફક્ત એક મહાવિદ્યા - મહાકાળી - ને સિદ્ધ કરવામાં વ્યતીત કર્યું. પરિણામ એ આવ્યું કે મહાકાળી સાથે ભોજન ગ્રહણ કરવા જેટલું તપોફળ એમની સાત્ત્વિક-સાધનામાં જોવા મળ્યું. ખરો સાધક ક્યારેય શોર્ટ-કટ અપનાવીને સાધનાસિદ્ધિ મેળવવામાં વિશ્વાસ નથી ધરાવતો, એ યાદ રાખવું.

ૐ ૐ ૐ

લેખક – પરિચય

પરખ ભટ્ટ, ગુજરાતી પત્રકારત્વ અને લેખન-જગતનું એક સશક્ત નામ છે. વડોદરાથી ઇલેક્ટ્રિકલ એન્જિનિયરિંગ તેમ જ 'ડિપ્લોમા ઇન ડ્રામેટિક્સ'નું ભણતર પૂરું કર્યા બાદ એમણે મુંબઈ-અમદાવાદ-સુરત-રાજકોટ વગેરે શહેરોમાં પ્રોફેશનલ મૉડેલિંગ અને થિયેટર ક્ષેત્રે ખાસ્સું કામ કર્યું.

ફક્ત છ વર્ષની લેખનયાત્રામાં તેઓ 'દિવ્ય ભાસ્કર', 'સાંજ સમાચાર', 'ફૂલછાબ', 'ખાસ ખબર', 'મિડ-ડે', 'મુંબઈ સમાચાર', 'ગુજરાત ગાર્ડિયન', 'નોબત' સહિત ગુજરાત-મુંબઈનાં પ્રમુખ અખબારો; 'ગુજરાત ફર્સ્ટ વેબ-પૉર્ટલ' તેમ જ 'કૉકટેલ ઝિંદગી' (પ્રીમિયમ ગુજરાતી મૅગેઝિન) અને 'ફીલિંગ્સ' મૅગેઝિન (વડોદરા) જેવાં માતબર સામયિકોમાં કુલ ૧૫૦૦થી વધુ લેખો, ઇન્ટરવ્યૂ અને અહેવાલો લખી ચૂક્યા છે. આ સફર હજુ પણ અવિરતપણે ચાલુ છે.

ગુજરાતી ભાષાની સર્વપ્રથમ મૉડર્ન માયથોલૉજિકલ થ્રિલર 'મૃત્યુંજય' અને 'નાગપાશ' (મહા-અસુર શ્રેણી) થકી એમણે દેશ-વિદેશમાં વસતા હજારો ગુજરાતી વાચકોનો પ્રેમ મેળવ્યો છે. 'નમઃ શ્રેણી'ના સર્વપ્રથમ પુસ્તક 'આનંદતાંડવ' ઉપરાંત ગુજરાતની શ્રેષ્ઠ પ્રકાશન સંસ્થા 'નવભારત સાહિત્ય મંદિર' દ્વારા પ્રકાશિત 'TEMPLE ધર્મ' અને 'DEAR અગ્રજા' પુસ્તક પણ વાચક-વર્તુળમાં અત્યંત પ્રિય બન્યું છે.

www.ingramcontent.com/pod-product-compliance
Ingram Content Group UK Ltd.
Pitfield, Milton Keynes, MK11 3LW, UK
UKHW041311190726
13845UKWH00025B/189

9 789393 226150